AF553487

சிந்தனைக் களஞ்சியம்
நரேந்திர மோதி இயற்றிய
கவிதைகள்

சிந்தனைக் களஞ்சியம்
நரேந்திர மோதி இயற்றிய கவிதைகள்

தமிழாக்கம்

திருமதி ராஜலக்ஷ்மி சீனிவாசன்

RUPA

பதிப்பாளர் / வெளியீடு

ரூபா பப்ளிகேஷன்ஸ் இந்தியா பிரைவேட் லிமிடெட் 2016

7/16 அன்சாரி ரோடு, தரியாகன்சு

புது தில்லி 110002

விற்பனை மையம்

இலாகாபாத், பெங்களூரு, சென்னை

ஹைதராபாத், ஜெய்பூர், காட்மாண்டு

கோல்கத்தா, மும்பயீ

மொழிபெயர்ப்பு : ராஜலக்ஷ்மி சீனிவாசன் 2016

அட்டையில் ஸ்ரீ நரேந்திர மோதி சித்திரம் ஏஜாஜ் சையீத்

புத்தகத்தினுள் சித்திரங்கள் பிரியங்கா ஜைன், சடர்ஸ்டாக்

ஐ.எஸ்.பி.என். 978-81-291-3980-1

முதற் பதிப்பு 2016

10 9 8 7 6 5 4 3 2 1

என் குஜராத்தை காதலிப்பவனே என்னாத்மா

அன்னை கலைவாணியின்வழிபாட்டில்
அலர்ந்த உயர்ந்த அனைத்து மலர்களும்
எனது தாய் மொழி
குஜராத்தியில்

பொருளடக்கம்

ஆசிரியர் உரை

நான் கவிஞனுமல்ல காவியம் படைப்பவனுமல்ல
என் அறிமுகம் கூறவேண்டுமானால்
கலைவாணியின் பக்தன் என்றே கூறலாம்
நீண்ட காலமாக சிறிது சிறிதாய்
கோணல்மாணலாய் இங்குமங்கும் கிறுக்கித்
தெளித்த வரிகளை தேர்ந்தெடுத்து, தொடுத்து
இன்றொரு நூலாக வெளிவரும் தொகுப்பை
உங்கள் கைகளில் சமர்ப்பிக்கிறேன்.
என் வேண்டுகோள்
இந்நூலில் என் பதவியை நோக்காமல்
என் பாவின் பதங்களை நோக்குங்கள்.

உணர்ச்சி பாவம் நிறை உலகை என்னுள்
திறந்திருக்கும் ஒரு சிறு சன்னல் வழியே
நான் கண்டும் கேட்டும் அனுபவித்தும்
அறிந்தும் ரசித்த உலகை எழுத்துக்களால் நீராட்டி
வடித்ததே இந்நூலாகும்.
எனது எண்ணங்கள் அனுபவங்கள் யாவும்
அபூர்வமானதாக இருக்குமென
சவால்விடவில்லை.
படித்த கேட்ட பிரதிபலிப்புகளிலிருந்து
மீண்டிருக்குமெனக்கூறுவதும் சரியல்ல
எனது நூலை நுகர்வோர்கள் என்னும்
உரைகல்லினில்
தேய்த்துப் பார்க்கவுமில்லை
அதனால் இதிலுள்ள தவறுகளில் என் கவனம்
சென்றதில்லை........
எல்லா கவிதைகளும் கனிந்தவை என்று
கூறுவதற்குமில்லை

ஆனாலும் சிலநேரங்களில் கனியாத மாங்காய்களுக்கும்
தனி ருசி உண்டென்றே கூறலாமன்றோ

குஜராத்தி காவியப்படைப்பாளர்களை நன்கு ரசித்துள்ளேன்
குஜராத்தின் அலைபாயும் காவியப்பயணத்தின் மாலுமியாம்
சுரேந்திர பாயீ தலாலுடன் அளவளாவிய இலக்கிய உரையாடலில்
என்னுள்ளுரைந்த கவிபுனையும் ஆற்றலைக் கண்டார் அவர்.
அவரது நட்பின் காரணமாய் என்னுள்ளுணர்ச்சிகளை
திறக்க......... அது மடை திறந்தேவிட்டது.
அவரோ எனது எண்ணங்களை நான் முழுவதுமாக
வெளிப்படுத்த முடியுமென திண்ணமாக எண்ணினார்
நானோ குஜராத்தி, மூடி மறைப்பதும் ஏனோ
அங்கிங்கென இரைந்துகிடந்த எனது காவியக் களஞ்சியத்திலிருந்து
பல கவிதைகளை தேர்ந்தெடுத்தேன்
கவிதைக்கூடும் உருவாகியது.
ஒவ்வொன்றாக எழுதி இணைக்க கூடு நீண்டதாக அமைந்தது.
சுரேஷ் பாயீ நேரம் ஒதுக்கி ஒரு ஸ்தபதியாய்
கவிதைக்கூண்டை அமைக்க மிக்க உதவி செய்தார்.
என் கவிதைகளின் கூடு உங்கள் அனைவரையும்
வருக வருக என வரவேற்கிறது..............

ஒரு நொடியோ இரு நொடியோ
கூட்டில் வந்தமருங்கள்.
இக்கூட்டில் உங்களது உள்ளெண்ணங்களும்
சேர்ந்து அலை பாயட்டுமே.
கவிதைகளுடன் கூட இயற்கையின்
பயணகற்பனையையும் ஸ்ரீ சுரேஷ் பாயீ அளித்தார்.
எனக்குப் பிடித்தது
உங்களுக்கும் பிடித்திருக்குமே

நரேந்திர மோதி

அணிந்துரை

ஆழ்ந்திருக்கும் கவியுளம் காணும் அம்மணி
நல்லி குப்புசாமி செட்டியார்

வெளி உலகைப்பற்றி எவ்வளவு எழுதினாலும் ஒரு கவிஞன் தன்னை எங்காவது எப்படியாவது வெளிப்படுத்திக் கொள்கிறான். இலக்கிய ஞானம் உள்ளவர்கள் கவிஞனின் உள்ளத்தைக் கண்டுபிடிப்பது கஷ்டமில்லை.

இந்தக் கவிதைத் தொகுப்பில் பிரதமர் நரேந்திர மோடியின், அல்ல முதல்வர் நரேந்திர மோடியின் அல்ல, அல்ல, கவிஞர் நரேந்திர மோடியின் உலகத்தை அவரது ஆழமான வார்த்தைகள் மூலம் தரிசிக்கிறோம். நர்மதை நதியை 'குஜராத்தின் கைரேகை' என்கிறார். தானொரு 'ஆண்டி ஆனால் மனதளவில் மன்னன்' என்கிறார். அவரது ஆளுமையும் இயற்கை மீதான அவரது நாட்டமும், இயற்கைக்கும் ஒரு ஆளுமை உண்டு என்ற அவரது கருத்தும் இந்தத் தொகுப்பில் தெளிவாகத் தெரிய வருகின்றன.

இதையெல்லாம் உணர்த்துவது இருவரது வேலை. ஒருவர் விமரிசகர்; மற்றவர் மொழிபெயர்ப்பாளர். விமரிசகர் தன் விருப்பு வெறுப்புகளை வெளிக்காட்டலாம். மொழிபெயர்ப்பாளர் அப்படிச் செய்ய முடியாது. அவருக்குக் கூடு விட்டுக்கூடு பாயும் வித்தை தெரிந்திருக்க வேண்டும். தன்மயமாதல் என்பது நல்ல மொழிபெயர்ப்பாளரின் இலக்கணம். அதிலும் கவிதையை மொழிபெயர்க்க வேண்டுமானால் கவித்துவ ரசனை வேண்டும். இவையெல்லாம் ஸ்ரீமதி ராஜலக்ஷ்மி ஸ்ரீனிவாசனின் மொழிபெயர்ப்பில் வெளிப்படுகின்றன.

நரேந்திர மோடி என்ற கவிஞரை நாம் தமிழில் தரிசிப்பதற்கு இவர் உதவியிருக்கிறார். நல்ல மொழிபெயர்ப்பாளராக, கவிஞரின் ஆளுமையைச் சிதைக்காமல், தன்னை அவராக

வெளிக்காட்டிக்கொள்ளாமல் மொழிபெயர்த்திருக்கும் இவரது பணி பாராட்டுக்குரியது.

ஒரு பானைச் சேற்றுக்கு ஒரு சோறு பதம் என்று நினைப்பவர்கள் 'காற்றாடி' என்ற கவிதையைப் படித்து ரசிக்கலாம். அடுத்து 'வாழ்த்துக்கள் உங்களுக்கே' என்ற கவிதையையும் சொல்லி எல்லாம் அவரவர் ரசனையைப் பொருத்தது. அதேபோல் 'படத்தைக் கடந்து' என்ற கவிதை. நான் எல்லாக் கவிதையையும் வாசித்தேன். வாசித்த எல்லாவற்றையும் ரசித்தேன். குறிப்பாகத் 'தலை குனிந்து நிற்கும் நிலை வரும்படி எப்பொழுதும் எதுவும் செய்யமாட்டேன்', என்ற வரிகள். ஆம், இவர் தான் மோடி என்பதை எனக்கு உணர்த்தின. இவை நம்பிக்கைக்குரிய வரிகள்.

மோடி தமிழில் எப்படி எழுதியிருப்பாரோ அப்படி இந்தக் கவிதைகளை குஜராத்தி மொழியிலிருந்து தமிழுக்குத் தந்துள்ள ராஜலக்ஷ்மி ஸ்ரீனிவாசன் இலக்கிய அன்பர்களின், மோடி ரசிகர்களின், நன்றிக்கும் பாராட்டுக்கும் உரியவர். நான் இங்கே சொன்னது குறைவு — உணர்ந்தது அதிகம். 'மனதில் இருந்தும் வார்த்தைகள் இல்லை' என்று சொல்லி இந்த அணிந்துரையை நிறைவு செய்கிறேன்.

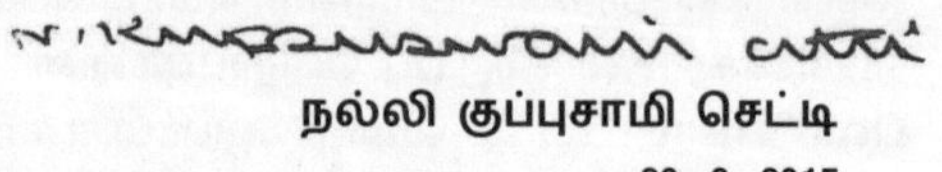

நல்லி குப்புசாமி செட்டி

20. 6. 2015

மொழிபெயர்ப்பாளர் உரை

மொழிபெயர்த்தல் என்பதொரு பிரத்தியேகமான கலையாகும். இதில் ஆர்வங் கொண்டதால் பற்பல கவிகளின் கற்பனைத்திறனையும், சிந்தனை அலைகளையும் ஆராய்ந்து அனுபவிப்பதுடன் அறிந்துகொண்டு தனது வாழ்க்கையில் தினசரி எதிர்கொள்ளும் பிரச்சினைகளை சமாளிக்கவும் வழிகாட்டுகிறது. எழுத்தாளனின் எழுதுகோல் போன்ற ஒரு கூர்மையான திறன்மிக்க கருவியை காணுதல் அரிதாகும். அதிலும் மூல எழுத்தாளரின் கற்பனைத்திறன், வாழ்க்கை அனுபவம், எதையும் தீர்வு காணும் திறன் முதலியவை செம்மையாகவும் உயர்ந்ததாகவும் அமைந்திடின் அவை படிப்போர்களின் உள்ளங்களை நெருடி மேலும் சிந்திக்கவைக்க பயன்படுவதாகும்

சுமார் ஐந்து ஆண்டுகளுக்கு முன்னர் அவரை சந்தித்த தருணம் நினைவில் வருகிறது. நான் ஒரு தமிழ் மொழிபெயர்ப்பாளர் என்று அவர் அறிந்தபொழுது அவரது ஆநந்தத்தைக் கண்ணாரக் கண்டேன். அதனுடைய தொடர்ச்சியாக தனது தமிழ் அன்பர்களிடம் தான் கொண்ட நேயத்தைக்கூறி தன்னால் இயற்றப்பட்ட குஜராத்தி கவிதைகளை தமிழ் உலகத்திற்கு நான் தரவேண்டுமென்றும் கேட்டுக்கொண்டார். அவர் இயற்றிய கவிதைகளை தமிழில் மொழிபெயர்க்கும் ஓர் அரிய வாய்ப்பை எனக்கு அளித்ததை நினைத்து பெருமிதம் கொள்கிறேன். முதற்கண் அதற்கு இந்நூலாசிரியருக்கு என் மனமார்ந்த நன்றிகளை தெருவித்துக்கொள்கிறேன். முதலில் மேலோட்டமாகப் படிக்கையில் மிகவும் எளியதாக

தோன்றியதால் எளியபணியாகக் கருதிய என்னை அவரது பல்வண்ண சிந்தனைகள் அப்படியே அதில் மூழ்கவைத்து தீவிரமாகச் சிந்திக்க வைத்தது.

கடவுள் பக்தி, ராமனிடமுள்ள அசைக்கமுடியாத நம்பிக்கை, தன்னம்பிக்கை, கட்டுப்பாடு, பரந்த நோக்கு, எல்லோரையும் மனித நேயத்துடன் சமமாக பாவித்தல், பாரபட்சமின்றி சமன் செய்யும் சீர் கோல் போல் அமைந்து பிரச்சனைகளுக்கு தீர்வுகாணல், விதியில் நம்பிக்கைகொள்ளாமல் தன் ஆற்றலிலும் கடும் உழைப்பிலும் முழு நம்பிக்கை கொள்ளல், இயற்கையிடமிருந்து கற்றிடும் பலபாடங்கள், தூய்மையான அன்பு, கடந்தவைகளை அடியோடு மன்னித்து மறத்தல், எல்லோரையும் இணைத்து ஒன்று கூட்டி அழைத்துச் செல்லும் தலைவனின் உயர் குணங்கள். வெற்றிகரமான புதிய பாதைக்கான வழி வகுத்தல், அப்பாதையில் நடைபோடும் தீவிர அவா இவை யாவையுமே அக்கவிஞனின் பாடல்களிலிருந்து பெற்றெடுக்கப்பட்ட பொன்மணி களாகும். 'பூமி புனிதமானது, எழில் நிறைந்தது' என நிலமகளின் புகழை பாடும் கவிஞன் தன் வாழ்வை முழுமையாக வாழ்ந்து தனது குறிக்கோள்களை சாதிப்பதில் வெற்றி கொள்வதே தன் வாழ்க்கை சாதனை என்கிறார்.

'வாழ்க்கைக்குத்தேவையானவை கனவுகளே' 'பணிகளே என் வாழ்க்கை காவியம்' 'என் வியர்வை மணத்தில் என்னை அறிந்திடுங்கள்' 'என்னொளியே எனக்கு போதுமானது' 'உண்டு என்பதை நம்புபவன் நான்' 'இயந்திரம் என்னும் வாழ்க்கையில் எழிலென்னும் புது மந்திரம் கிடைத்ததே' என்ற பல வரிகள் என்னை ஈர்த்ததுபோல் வாசகர்களின் மனதில் பதிந்து தான் எடுத்த செயல்களை திறம்படசெய்து

சமுதாயவளத்தைப்பெருக்க பயன்படுமன்றோ. அவ்வாறமைந்த பாடல்களை மொழியாக்கம் செய்து தமிழறிந்த வாசகர்கள் முன் வைக்க கிடைத்த அரிய வாய்ப்பிற்கு மீண்டும் நன்றி தெருவித்து மொழிபெயர்க்க முயன்றுள்ளேன். இம்முயற்சியில் எனக்கு துணையாயிருந்து உதவிய என் கணவர் திரு சீனிவாசன் அவர்களுக்கு எனது நன்றிகளை தெருவித்துக்கொள்கிறேன். குஜராத்தி மொழியை புரிந்துகொள்ள எனக்கு மிகவும் உதவியாக இருந்த என் மகள் ஸ்ரீமதி முனைவர் ஜெயந்தி அவர்களுக்கும் என் நன்றிகள் உரித்தாகுக. குஜராத் மாநிலத்தின் முன்னாள் தலைமைச்செயலாளர் திரு.டி.ராஜகோபாலன் ஐ.ஏ.எஸ். அவர்கள் முழுவதையும் படித்து குறிப்புகள் பல கொடுத்து உதவினார். அன்னாருக்கு என் நன்றிகள் உரித்தாகுக. பிரபல தொழிலதிபரும், பல தமிழ் நூல்களை எழுதியவரும், தமிழ் உலகிற்கு மகத்தான தொண்டு புரிந்துகொண்டுவரும் கொடைவள்ளல் பத்மஸ்ரீ விருதுபெற்ற நல்லி குப்புசாமி செட்டியார் அவர்கள் இந்நூலுக்கு அணிந்துரை அளித்ததை பெருமையாகக் கருதுகிறேன். அவருக்கு எனது மனதாழ்ந்த நன்றிகளைத் தெருவித்துக் கொள்கிறேன்.இக்கவிதை தொகுப்பை வெளியிடுவதற்கு முன் வந்து வெளியிட்ட ரூபா பப்ளிகேஷனுக்கும் எனது நன்றிகளைத் தெருவித்துக் கொள்கிறேன் இயன்றவரை மூல கருத்தை அவ்வாறே வெளிப்படுத்த முயன்றுள்ளேன். வாசகரகள் படித்து பயன் பெற வேண்டுமென எல்லாம் வல்ல எண்குணத்தானை ப்பிரார்த்திக்கிறேன்.

ராஜலக்ஷ்மி சீனிவாசன்

நல்வினைப்பயன்

இம்மண் எழில் நிறைந்தது
இக்கண் நல்வினைப்பயன் பெற்றது.

ஈரப்பசைகொண்ட புல்மேல் ஆதவன் வெய்யில்
தவழ்கிறது
அவனது வெட்பம் மகிழ்ச்சியைக் கெடுப்பதில்லை.

இவ்வானமும் அழகானதே
இத்தரணியும் ரமணீயமானதே
விண்ணில் வானவில் தோன்றி மகிழ்ச்சியுடன்
மின்னுகிறது
வண்ணங்கள் பலவாய்க் காற்றில் சுழன்று
கோலமிடுகின்றன
இது எவர் செய்த புண்ணியமோ
பூமி புனிதமானது புகழோங்கியது;
வாழ்க்கை அழகானது உயர்ந்தது

கடல் கொந்தளித்து மேலெழுந்து ஆகாயத்தில்
அலைபாய்கின்றது
இம்முகிற் கூட்டத்தில் என்ன நிறைந்துள்ளதோ,
அதை யார் அறிவர்?
நிறைந்திருந்தபோதிலும் வெற்றிடமாய்க்
காணப்படுகிறதே
உலகம் எழில் நிறைந்தது
இப்பூமி எழில் நிறைந்தது

மனிதர்களைச் சந்திக்கிறோம் மேலும்
சந்தித்துக்கொண்டேயிருப்போம்
பிறர் சேர்க்கை எனக்கு மகிழ்ச்சி அளிப்பதாகவே

இருக்கட்டும்
இவை யாவும் ஒப்பற்றவை
இச்சேர்க்கையும் அடைதற்கரியதே
இன்பம் இன்பம் இன்பம்
இம்மண் எழில் நிறைந்தது.

திடீரென

கங்குலென்னும் கருவண்ணக் காகிதத்தில்
ஏரி ஒன்று வரைந்தேன்
ஏரியில் கிளை ஒன்று சாய்ந்தது
வண்டின் ரீங்கார ஒலியுடன்

இருளும் சிறிது தெளிந்து குறைந்திட
ஆங்கோர் மதி வரைந்தேன் நான்

காற்றிற்கு மென்னீல வண்ணமிட்டேன்
ஏரியின் அமைதியான நீரைப் போன்றே.
திடீரென வைகாசித்திங்களின் நடுப்பகல்
காகிதத்தை எரித்துப் பொசுக்கிச் சாம்பலாக்கிட
கையிலுள்ள தூரிகை
உறைந்தே போயிற்று.

தவளையின் இரை ஒலி
பருவத்தின் கனவு
கனவுகளின் பருவம் யாவும்
கரைந்தன நீராவியாய்

நாம்

நாங்கள் வாழ்க்கையின் உயிர் நண்பர்கள்
நீக்கமறநிறை எல்லையில் அன்புபூண்டோர் நாம்

எவரையும் நாம் குறைகூறவுமில்லை
கவலையற்ற மனம்நிறைசபையே நாங்கள்.

மனம் விரும்பினால் பறப்போம்
விரும்பினால் கடலில் துள்ளிக் குதிப்போம்

மலையுச்சியின் மேல் கதிரவன் இருந்திடின்
நடுநிசியில் அவனை உதிக்கச் செய்வோம்.

கவலையுமில்லை, தயக்கமுமில்லை.
எங்களுக்கு எல்லாமே நிறைந்துள்ளது

கற்றறிந்த சிலர் எங்களை பைத்தியம் என்பர்
அவரது அக்கூற்றும் சரியே, தவறொன்றுமில்லை

எங்களது கடல் கரையின்றிப் பரந்தது
அதில் நாம் நீர்க்குமிழியல்ல உடைந்துசிதறிட

எங்களுக்கு முள்ளென்பதே இருக்குமா என்ன?
கடலின் நடுமையம் கொண்டவர்களே நாம்.

கூக்குரல்

உன் வருகையை அறிந்ததுமே
என் மன இமயத்தில்
தீ பற்றி எரிந்தது
என் கண்களில் மதி எழுந்தான்

உன்னை நன்கு கண்டதும்
என்னுள்
நல்வாசமலர்
மரம் பூத்துக் குலுங்கியது
ஆனால் உன்னைச் சந்தித்ததுமே
அம்மலை உருகி உரோமக்காலில்
அந்நறுமணம் பரவியது..

ஆனால் ஆ!
அம்மலையில் காலியாக
பொந்தொன்றிருந்தது
சந்தன மரத்தின் நறுமணம்
என்னை எரித்தது
கனவுகளின் பரிசோ
சாம்பலாக்கிவிட்டது.

தூரத்திலுள்ள கரையில்
என் கண்ணில் பட்ட மதி
தொடுவானத்தில் அமர்ந்துள்ளதே
நீயின்றியே என் படகு
கரை சேர்ந்துவிட
மாலுமி எப்பொழுது எங்கு கிடைப்பான்.

வையகம் முழுவதுமே

நேற்றைய பாதை முடிவிற்கு வர
அதன் எல்லையில் வளர்கிறது
இன்று காலை மரம்.
காற்றாம் கிளைகளில் ஊஞ்சலாடுகின்றன
கதிராம் மலர்கள்.

ஏதோ அறிந்தே குற்றம் செய்தது போல்
பறவைகள் சாவகாசமாய் ஜீவகானம்
இசைக்கின்றன.

நானோ என்னுள் உள்ள ஜன்னல்களைத்
திறக்கிறேன்
நான் உயிர் வாழ்வதையே எழில்மயமாய்
உணர்கிறேன்
நானோ என்னுடல் என் மனம் என் இதயம் என
யாவையுமே கடவுளின் காணிக்கைகளாகக்
கருதுகிறேன்
என் தழுவலில் இவ்வையகம் முழுவதுமே
அடங்குவது போலுள்ளது.

இன்று

இது இருந்தது அது இருந்தது
இப்படி இருந்தது அப்படி இருந்தது
இங்கிருந்தது அங்கிருந்தது
இங்கேயே இருந்தது

இந்த இருந்தது இருந்தது என்கிற மனதின்,
 வைபவம் நிறை பொந்துகளில்
ஏன் சிக்குகிறோம்
மேலும்

பிணைந்து கொண்டு
ஏன் அலைகிறோம்?.
நிழலின் பிசாசுகளைப்போல்?

கடந்த காலம் என்ற
பூதப் பிசாசுகளின் நிழலை
 எடுத்துக்கொண்டு
திரியும் வரலாற்றின்
ஆன்மா.

ஆன்மா
அழிவற்றதுதான்
ஆனால் அழியா ஆன்மாவிற்கும்
நிகழ் காலத்தில் ஓருடல் தேவையன்றோ

நாளை
அழிவற்றிருக்க
நேற்றைய சுமையான மாயையைச்

சுமந்து கொண்டு
இன்றையதைக்
கண்முன் மோசடிசெய்து
வாழ்வதின் பொருளுமுண்டோ!

நம்முடைய

மாலை மயங்கும் நேரம் தனிமையில்
களிக்கிறோம் நாம்
என் உடல் உள்ளம் பொங்குகின்றது 'தரணேதர்'
திருவிழாவில்
எவரிடமும் கொடுக்க-வாங்க

எனது உனது என்பதும் இருந்ததில்லை
இவ்வுலகில் இருப்பவை யாவையுமே என்னை
அகமகிழச் செய்கின்றன.

எனது பாதை நேரானது நெரிசலற்றது
குறுக்கு நெடுக்குகள் கொண்டதுமில்லை
மாலை மயங்கும் நேரம்
தனிமையில் களிக்கிறோம் நாம்

ஒரு மதமுமில்லை; சம்பிரதாயமுமில்லை மனிதன்
மனிதன் தான்
வெளிச்சத்தில் வேற்றுமையும் உண்டோ? லாந்தரோ
அகலோ
நிலைத்த இடத்தில் தொங்கும் சரவிளக்கைப்போல்
ஒருக்காலும் தொங்கியதில்லையே

மாலை மயங்கும் நேரம்
தனிமையில் களிக்கிறோம் நாம்.

ஆபத்து

அழகிய பதினாறு வயதொத்த கன்னியாம் நதி
ஆயினள் இன்றோ அவள் சினங்கொண்டபெண்புலி
அவள் மயங்கித் திரிகிறாள் மழையின் காரணமாய்
நாணமின்றி வெட்கமின்றி
தன் கட்டுப்பாட்டை இழந்து விட்டாள்.
பித்துப்பிடித்தவள் போல் அலங்கோலமாய்த்
திரிகிறாள்.
தன்னைத் தானே அவள் அறிவாளோ! அறியேனே!
தந்நீர் பெருக்கின் உக்கிரவேகத்தை
அவளே அறிந்திறாள் போலும் ஒருக்கால்!
கிராமம் கிராமமாய் மூழ்கடிக்க வைக்கிறாள்
எவ்வளவு சடலங்கள் எவ்வளவு
மூச்சுத்திணறல்கள்.
மிஞ்சியது கதறலும் அலறலுமே,
அறிமுகம் செய்கிறாள்
நீரின் ஆட்கொள்ளும் வெறியை!

நம்பிக்கை

ஒளியின் உறுதியான நம்பிக்கை கொண்டு
இருளை எடுத்து வெளியே கொட்டிவிட்டேன்
ஒளியின் உறுதியான நம்பிக்கை கொண்டு
இருளை எடுத்து வெளியே கொட்டிவிட்டேன்

காலச்சக்கரத்தில் துளை ஏற்பட்டது
இனி வெளிச்சத்திற்கோர் எல்லையுமில்லை
இன்றே பெருகிப்பரவியது ஒளி,

மக்களின் புதுவண்ணச் சிறகுகள் போல்
ஒளியோ ஒளி
இன்று ஒளியோ ஒளி
ஒளியின் திடநம்பிக்கை ஏற்பட இருளும் கரைந்தது

போக்கு ஒன்றென்றால் நினைவும் ஒன்றாயிற்று
முன்னேற்றத்திற்கான பாதையும் ஒன்றாயிற்று
அசைக்கமுடியா சுயமரியாதை அயராத நேர்மை
வாழ்நாள் முழுதும் துறவிக்கோல உடுப்பு
கெட்ட கனவுகளுக்கு நல்லதொரு தாளிட்டாயிற்றே
இனி ஒளியோ ஒளி
ஒளியின் திடநம்பிக்கை ஏற்பட இருளும் கரைந்தது

புகழ் கீர்த்திக்கோர் எல்லையில்லை
இயைந்ததென்றோ இயலாததென்றோ
எதுவுமில்லை
மனதில் எப்பொழுதுமே மன்னிக்கும் மனப்பாங்கே
இதயத்தில் அமர்ந்திடும் ராமர் அருளே
எப்பொழுதும் காத்திடும்.

ஒளியோ ஒளி
ஒளியின் உறுதியான நம்பிக்கை ஏற்பட இருளும் கரைந்தது

அன்பில்லையேல்

தண்மையில்லையேல் திணறுகிறான் மனிதன்
மனிதநேயங்கொண்ட மனிதனாய் இருந்திட
ஒருவரையொருவர் சாபமிடுதலும் ஏனோ
நீரின் தண்மை இல்லையேல் இங்கு மரம் இலை
செடி காய்த்திருப்பதும் எப்படி?
இலையுதிர்கால மரத்தினில் குயில் இனிய
கூவலிசைப்பதும் எப்படி?
மனிதநேயம் ஏற்ற பின்னரும் ஏமாற்றுவதும் ஏன்?
தண்மையில்லையேல் திணறுகிறான் மனிதன்

அன்பில்லையேல் மனிதன் முடங்கி ஆதரவை நாடி
ஏங்குகிறான்
இல்லாமை இழையினால் ஒவ்வொரு
நொடியையும் இணைத்துத் தைத்திடுகிறான்
கூரிய கத்தியாம் புன்சிரிப்பெடுத்துக் கண்ணீரை
சிதறியடித்து விடுகிறான்
தண்மையில்லையேல் திணறுகிறான் மனிதன்

அப்பா எழுந்திரு! வெற்றியை வரவேற்றிடு

நிலமகளின் சிக்கலான நேரமிது
மக்கள் ஒன்றாகக் கூடி இணைந்திருங்கள்
இன்று வெற்றியை கொண்டாடுவோம்
வாருங்கள் இன்று வெற்றியைக் கொண்டாடுவோம்
பகைமையைப் புதைத்து
நல்வாசம் கொண்ட மண்ணாக்கிட
எழுந்திரு. விழித்தெழு ஓடு ஓடிடு
ஒருவரோடொருவராக இணைந்து வாழ்ந்திடுக
தனித்திராதீர்.
நிலமகளின் சிக்கலான நேரமிது

அல்லலுறும் மனிதர்கள் நினைந்துருகும் வாழ்க்கை
மனதை பத்மாசனத்தில் இருத்திட
சமுதாயத்தின் முகங்கள் வெவ்வேறாகத்
தோன்றிடினும்
நம்முள் அமைந்ததோ
வெவ்வேறானதல்ல
நிலமகளின் சிக்கலான நேரமிது

நிலமகளின் தூசியை நெற்றியில் அணிந்திடுக
வீணில் ஊஞ்சலாடிக் கொண்டிராதே
முந்திச்செல் சில கனவுகளையாவது அலங்கரித்திட
புதிய பாதையில் நடைபோடு
நிலமகளின் சிக்கலான நேரமிது

ஏட்டுச்சுரைக்காய் செயலிற்கு ஏற்குமோ
வீரமகன் வாழும் மண்ணிது
விண்ணைப்பிளக்கும் வெற்றி முழக்கத்துடன்
தரணேதர் பண்டிகை கொண்டாடுவோம்
நிலமகளின் சிக்கலான நேரமிது

வீரனே விழித்தெழு

உறக்கமாம் கம்பளி போர்த்தி
உடல்கள் ஆழ்ந்துள்ளன உறக்கத்தில்
வீரனே நீ விழித்தெழு
உன்னுள் உறை வீரம் ஜ்வலிக்கிறது.

விண்ணில் தீ
தகதகவென ஜ்வலித்துக்கொண்டே எழுகிறது

ஈட்டி போல் தகித்திடும் கிரணங்களைக்
கேடயமாக ஏற்று சவாலை சமாளி

தேவீ காமாக்யாவின்
அலறும் ஒலி காதில் நிறையும்படி கேள்..
அதனால் முன்னரே எழுந்திடின் நீ
சாதித்துவிட்டாயெனக் கூறுவர்
அதனால் முன்னமே எழுந்திரு.

ருக்மிணியின் கூக்குரலைக் கேட்டதுமே
துவாரகாநாதனாகி ஓடு;
நம்மிடம் இருக்கும் நேரம் சிறிதே
சுதர்சன சக்கரத்தை எடுத்துக்கொண்டு ஓடிடு
காற்றில் புல்லாங்குழலை இனியும்
ஊதிக்கொண்டிராதே
வீரனாகில் எழுந்திரு
இக்குரல் தோய்ந்து ஓய்வதற்கும் முன்னரே
வேகமாக எழுந்து ஓடிச்செல்
சென்றால் மனித நேயத்தின் எந்நேரமும் எந்த
இடத்திலும் கரைபடியாமலிருக்கும்

கனவு............
தீயின் சாம்பலில்
எல்லாமே தூசாகிவிட்டது
கண்ணில்லாப் பயணிகளால்
ஓட்டுப்பெட்டி சவப்பெட்டியாயிற்று
ஓட்டல்ல, அவர்களது தலைகளைக்
கொடுத்துள்ளனர்
இமயத்தின் கருப்பையில் காட்டுத்தீ பற்றி
எரிகிறது......
அதை அணைத்திட நீ ஓடிச்செல்
மேலும் கடவுளின் கருணையை வேண்டிடு
வீரனாகில் இனியாவது விழித்தெழு.

அஸ்ஸாம் நடுங்கிக் கொண்டிருக்கிறது
கொலையுண்ட குழந்தைகளின் கதறலினால்
ஏழு சகோதரிகளும் ஆதறவற்றனரே
சிதையில் வெந்துகொண்டிருக்கின்றனர்
எழுந்திரு............ வீரனே வலிவுடன் எழுந்திரு

அஸ்ஸாம் மாத்திரமல்ல
நாட்டின் நற்காலமே விழித்தெழவேண்டி
எழுந்திரு. வீரா வலிமையுடன் எழுந்திரு

பயம் உன் சுபாவகுணமாவதற்கு
முன்னரே எழுந்திடு
வீரனாகில் விழித்தெழுந்திடு.

சில கண்ணீர்த் துளிகள்

உறவுகள் வருகின்றன வந்தபடியே சென்றும்
விடுகின்றன
கண்களில் ஓரிரு கண்ணீர்த் துளிகள்
இருத்திவிடுகின்றன

உறைந்த கண்ணீரில் கல்லொத்த கனமேறிடும்
மூலையிலுள்ள தந்தி அறுந்த பழைய சிதார் அது
வெப்பக்காற்றாகி எரித்துக்கொண்டிருக்கும்
தென்றல் எங்கும் போகவில்லையே.
கண்களில் ஓரிரு கண்ணீர்த் துளிகள்
இருத்திவிடுகின்றன

கண்ணாடித்துண்டுகளை எதுவரை காத்திடலாம்
விருப்பமோ ஏக்கமோ வேண்டுதலோ இல்லை
ஓடும் நீரில் கையொப்பமிடுதலும் இயலுமோ
கண்களில் ஓரிரு கண்ணீர்த் துளிகள்
இருத்திவிடுகின்றன

குளிர்ந்த உறவில் எனக்கு கொளுத்தும் வெப்பம்
மலர்ப் பாதையில் முட்கள் குத்திட
மனித நடமாட்டமற்ற காட்டில் இசைப்பவரும்
இல்லை
கண்களில் ஓரிரு கண்ணீர் துளிகள்
இருத்திவிடுகின்றன

இப்படியும் மனிதர்கள்

பேசவேண்டிய இடத்தில் பேசமாட்டார்
பேச வேண்டாததைப் பேசுவார்
இப்படிப்பட்டமனிதர்களின் எடை வைக்கோல்
ஒத்ததே.
குரலின் கண்களைத் திற
சொல்ல வேண்டியதைச் சொல்லிவிடு
கபட மௌனத்தின் ஆடம்பரத்தை
சுட சுட சுட்டுவிடு.
ஒருபொழுதும் முகஸ்துதியின்
மடியில் அமரவேண்டாம்
பேசவேண்டிய இடத்தில் பேசமாட்டார்
பேச வேண்டாததைப் பேசுவார்.

எவருடைய நிந்தனைச் சொற்களையும்
கேட்டு வாய் திறவாமல் அமர்வதும் பாபமாகும்
உண்மை பேசி ஏற்றுக்கொள்பவன்
எல்லாத் தவறுகளிலிருந்தும் விடுபடுகிறான்.
காற்றின் அலைகளில் மரத்தின் கௌரவம்
இணைந்து ஆடுகிறது.
பண்டுகாலந்தொட்டு இயற்கையில் எதுவுமே
பொய் பேசியதில்லையே!

உற்சவம்

காற்றாடி
எனக்கு மேலுயர்ந்து எழும் ஒரு உற்சவம்
எனக்கு ஆதவனை நோக்கிச் செல்லும் பயணமிது
காற்றாடி..........................

பல பிறவிகளாய் நான் கொண்ட மகிழ்ச்சிக்
கொண்டாட்டம்.
எனது நூல்தான் எனது கையில்
இந்தக்காலோ பூமியின் மேல்
மேலும் விண்ணில் பறக்கும்
பறவை போல்
எனது காற்றாடி..................

பல பட்டங்களின் நடுவிலும் கூட
என் பட்டம் சிக்குவதில்லை
எந்த மரத்தின் கிளைகளிலும் கூட
இது மாட்டிக்கொள்வதில்லை

காற்றாடி..........................
இதுவே எனது காயத்ரி மந்திரம்.
செல்வச்சீமானாயிருக்கட்டும் நன்
மதிகொண்டவனாய் இருந்திடட்டும்;
அல்லது ஏழையானாலும்................
எல்லோருக்குமே அறுந்து விழுந்த பட்டத்தைச்
சேர்ப்பதில் தனி மகிழ்ச்சி
இந்த மகிழ்ச்சியே அலாதியானது

அறுந்து வீழ்ந்த காற்றாடியிடம்;

விண்ணின் அனுபவமுண்டு
காற்றின் திசைவேகம் அறியும் திறன் உண்டு
தான் ஒருமுறை உயரச்சென்று நொடிப்பொழுது
தங்கி
கண்ணாரக் கண்ட அனுபவம் பிரமாணமாகும்

காற்றாடி.......................
சூரியனை நோக்கி என் பயணம்
காற்றாடியின் உயிர் நூலில்
பட்டத்தின் சிவன் விண்ணில்
அதனிழையோ என் கையில்
எந்நூலோ சிவபெருமான் கையில்
பட்டத்தினால் காற்றின் ஒரு பாதை

சிவன் அமர்ந்திருப்பதோ இமயத்தில்;
பட்டத்தின் கனவோ மனிதனின் கனவை விட
உயர்ந்தது
வித்தியாசமானது
பட்டம் பறப்பது சிவனது மடிநோக்கி
மனிதனோ கீழே அமர்ந்து முடிச்சுக்களை
அவிழ்க்கிறான்

கார்கில்

கார்கில்
முன்பும் சென்றிருந்தேன்
டைகர் ஹில்லை
முன்பும் கண்டிருந்தேன்
அப்பொழுது
மன்னாதி மன்னனின்
தூய்மையான மௌனமதை மனம்நிறைய
கண்டிருந்தேன்.
இன்றோ
ஒவ்வொரு மலையுச்சியும்
கர்ஜிக்கிறது
தோட்டாக்கள் துப்பாக்கிகளின் சத்தத்தினால்

பனிப்பாறைகளின் மேலே
கொழுந்து விட்டெரியும் தீயைப்போல்
ஜவான் சைனியங்களைப் பார்த்தேன்;
இங்கு
ஒவ்வொரு ஜவானும்
குடியானவன்
அவன் தனது
இன்றைய நாளை விதைத்திருந்தான்.
அதன் மேலோ தங்களது குருதியைப்
பாய்ச்சியிருந்தான்
அதனால் நம்
நாளை
வாடாமலிருக்க வேண்டி.
ஒவ்வொரு சிப்பாயின் கண்களிலும்
பொங்கிவரும்

நூறுகோடிக்கணக்கான கனவுகளையும் பார்த்தேன்.;
தன் கண்ணிமைகளினால்
இறப்பை உறுதியாகப் பிடித்துக்கொண்டுள்ள
வீரர்களைக் கண்டேன்

அந்தக் காலனே
இவ்வீரர்களின் அடிகளை முத்தமிடுவதைப்
பார்த்திருந்தான்.
தகதகவென ஜ்வலிக்கும் தீப்பொறியைப் போல்
வீர ஜவான்களின்
சூடான மூச்சுக்காற்றிலிருந்து
உருகிவரும் பனி

ஆறாய்ப் பெருகி
ஓடிக்கொண்டிருந்தது
அந்த ஊற்றின் வேகத்தில்
இணைந்திருந்த
சுஜலாம்
சுபலாம்

இனிய நீர்ப்பெருக்கு
சுவைமிக்க கனிகள்
பாரதத்தின் எண்ணம்
ஆற்றின் கருப்பையிலிருந்து
முளைத்துக் கிளம்புகிறது
வந்தே மாதர கீதம்

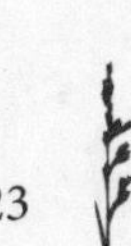

வினைச்சொற்கள்

என்னைச் சுற்றி
சொற்களின் வட்ட வடிவம் வரை
பின்னர் அந்த வட்டத்தை சதுரமாக்குங்கள்
இந்த வட்ட சதுரத்தில்
பல் வண்ணக் கோலிகள் போல் வைத்திடுங்கள்
சொற்களை—
சொற்களோ நழுவி உருளும் கோலி ஒத்தவை
கண்ணாடியினாலான சொற்கள்:
உண்மையான சொற்கள் கண்ணீரைப் போன்றவை
அல்லது அவை முற்றுப் புள்ளிகள்.
அடை மொழிகளைக்கொண்டு அருகினில் சுற்றி
வரும்
லக்ஷ்மணனின் ரேகையை
ராமனின் எல்லையைக் குறித்திடுங்கள்.

பெயர்ச்சொற்களைச்சுற்றிக் களித்திடுங்கள்
அழகிய குறுக்குப் புள்ளி விளையாட்டை.
வினைச்சொற்களை மையமாகக்கொண்டு
வரை
எல்லையற்ற வட்டத்தை.

தற்பெருமை

"பொய் புகன்றிடின் காக்கை கொத்திடும்"
அதனால் உண்மை பேசுவது அவசியமாயிற்றா?
உண்மை நமது கௌரவமே
கட்டாயம் இல்லை.

உண்மை பேசாவிடின்;
குயிலின் மென்மையான கூவலோ;
செத்த உயிரற்ற மீனொப்ப
காக்கையின் அலகு குத்தி அலங்கோலப்படுத்துவது
போலாகும்.

வதந்திகளால் போஷிக்கப்படும் செய்திகள்;
காலையில் கருப்புக் கதிரவன் போல்
வெளிவந்திடுமே
சத்தியத்திலிருந்து சத்தியாகிரகம் வரை
நம் பயணத்தில்
கிடைக்கிறார்கள் காலின்றி
நடக்கும் பயணிகளின் நிழல்களே
வெற்றுக் கூட்டங்களே.

புதிய பாதையின் பாடல்

வீடுதிரும்பும் பசுக்கள் எழுப்பும் தூசி
மாலைநேர சூரியனின் சுவாசத்தை எவ்வளவு
நேரந்தான்
தடுக்க இயலும்?

கதிரவனின் தீவிரமான சுவாசம்
குளிர்கால காலையை எவ்வளவு நேரம் துளைக்க
இயலும்?
பகற்சூரியன்
கருப்பான பாதையை எவ்வளவு நேரம் தான்
குதறிட
இயலும்
இனியாவது ஓய்வடை......................

எனது உலர்ந்து வெடித்த வயலில்
காய்ந்த குச்சி வளர்ப்பதை நிறுத்துங்கள்
மென்மையான வெண்ணெய்போன்ற காலிலிருந்து
இக்குச்சிகள் குருதியைக் குடிக்கும் முன்னரே...
நிறுத்துங்கள்.

மங்கை குடத்தைச் சுமந்து செல்லுகையில்
அதன் மேலிருந்து வெளிப்பாயும் ஒளிக்கதிர்களின்
பாடலை இசைக்க விரும்புகிறேன்.

நடுப்பகலில் வியர்வை வழியும் உழவனின்
முத்துப்போன்ற வியர்வையை ஒளிபெற வைக்கும்
கதிர்களின் பாடலை நான் இசைக்க வேண்டும்
மென்மையாக வெண்ணெய்போன்ற குழந்தைகளின்

காலடியினால்
எழும்பும் மண்பொடிகளை
மாலையில் வீடுதிரும்பும் மாட்டுக் குளம்புகளால்
கிளறி எழுப்பப்படும் தூசிகளிலிருந்து.
எனக்குப் பிரித்து வைக்க வேண்டும்

அம்மண்பொடிகளால் எனக்கு ஒரு
புகைப்பட ஆல்பம் செய்ய வேண்டும்
அந்நடையை ஓவியத்தினால் சித்தரிக்க வேண்டும்
முன்னேற்றத்தின் ஓர் உருவம் படைக்க வேண்டும்
அவ்வோவியத்தின் வண்ண வடிவில்
ஒரு கறை படிந்துள்ளது.

அந்தக் கறை
நம் ஏற்றம் முன்னேற்றத்தின்
கெட்ட உருவமல்லவோ
இது வேறு ஒன்றுமல்ல
நாம் வளர்த்து காய்ந்து வெடித்த
குச்சியின் சிறப்புச் செயல்திறனன்றோ.

வெண்ணெய்போன்ற காலடிகளால்
எழுப்பிய தூசுகளே
அவர்களது இரத்தக்குழம்பினால்
பூசப்பட்டது.
கரைக்குக் காரணமதே.

நம் ஏற்றம் முன்னேற்றம்
இவைகளின் அடையாளமாயிற்றே அது.
இனி..................
இந்தக் கறைக்கு உருவம் கொடுப்பதை
நிறுத்திவிடுங்கள்.

எனக்கோ நடுப்பகலில் தகிக்கும் சூரியனின்
இசையை இசைக்கவேண்டும்.
அச்சிறுவர்களின் முகவொளியைக்
காணவேண்டும்.
நீங்கள் பொறுத்திருந்து பாருங்கள்.

இனிமேல் அவ்வால்பத்தில் கறையிராது.
ஆனால் அந்தோ! அதற்கும் முன்னர்
எத்தனை குழந்தைகளின் இளங்குருதி
இந்த குச்சிகளை எரித்திடப் பெருகி
பாய்ந்திருக்குமோ!

ஆகவே தான் நானும் கூறுகிறேன்
குச்சிகளை வளர்ப்பதை நிறுத்தி விடுங்கள்!!
எனக்கு போக்கின் முன்னேற்றத்தின்
இசையை இசைக்க வேண்டும்.

கோலாட்டம் கர்பா

பாட்டுக்கு கர்பாவாகில்
எதிர்பாட்டுக்கும் கர்பா
கர்பா குஜராத்தின்
கௌரவச் செல்வமே.

சுற்றிவருபவனது
கர்பாவெனில் ஆடுபவரதும் கர்பா
கர்பா குஜராத்தின் கௌரவச் செல்வமே.

சூரிய சந்திரன் கர்பாவெனில் பருவங்களும்
கர்பாவே
கர்பா குஜராத்தின் கௌரவச் செல்வமே.

பகற்பொழுது கர்பாவெனில் இரவும் கர்பாவாகிடுமே
கர்பா குஜராத்தின் கௌரவச் செல்வமே.

பண்பாடு கர்பாவெனில் இயற்கையும் கர்பாவாகும்.
குழல் கர்பாவாகில் மயில் தோகையும்
கர்பாவாகிடுமே

நம்மதி கர்பாவாகில் நம்நல்லிணக்கமும்
கர்பாவாகிடுமே
வீரனுக்கு கர்பாவாகில் செல்வந்தருக்கும்
கர்பாவாகிடுமே

உடல் கர்பாவாகில் உயிரும் கர்பாவாகிடுமே
கர்பா வாழ்க்கையில் மென்மையான களியாகும்

கற்பழகி கர்பாவாகில் மென்னடையும்
கர்பாவாகிடுமே
கர்பா பெண்களின் மலர்ப் போர்வையன்றோ!

நிலைத்திருப்பது கர்பா சிதைவற்றதும் கர்பா
கர்பா அன்னையின் அழகான குங்குமமன்றோ.

இசையில்

புள்ளின் தோகையில் எழுந்தது கீதம்
இவ்விசையில் குயிலும் புல்புலும் பேசிடுமே

அதன் ஓர் இறக்கை பூமியில் வாழ்ந்திடப்
பிறிதொன்று விண்ணை எடை போடுகிறது.

எனது காகிதத்தில் சூரியன் வரைந்தேன்
அதில் பௌர்ணமியின் முழுமதியும் வரைந்தேன்
அக்காகிததில் வளர்கிறதொரு மரம்
அம்மரத்திலோ பச்சைப்பசேலென துளிர்

உறவினர்களின் நினைவு போல் ஓர் கல்லிட்டேன்
அது அருவியில் மீனைப்போல் சுழன்றது.

ஒருபுறம் பாலை மறுபுறமோ கடல் நீர்த்தேக்கம்
மூன்றாம் புறமோ வரிவரியாய் பாய்ந்தோடும் ஆறுகள்
நெஞ்சிலோ பரமனைக் காணும் வேட்கை
அதை தணித்தாலும் தணிவதில்லை
கண்களில் விண்ணைத் தூக்கி நடக்கிறேன்

ஆனால் நானோ மண்ணின் மடியில் அமர்ந்து
பேசுகிறேன்.

பூச்செண்டு

ஆழமான மோசமான பெரும் பள்ளம்
ஏற்பட்டிருக்கிறதே!
மனிதனுக்கு மனிதனுடன் போட்டி பொறாமை
நொடிக்கு நொடி அடிதடி

எனக்கோ பாலமாக விருப்பம்
நான் அன்பெனும் காரணமாகிட விரும்புகிறேன்
மனிதர்களுக்குள் பொருத்தமிருந்து விட்டால்
அதிவியப்பூட்டும் முடிவற்ற பொருள்நிறை
நொடியாகுமே

சாணிக்குவியலில் புரள்வதில் பொருள்
ஒன்றுமில்லையே
ரோஜாவாகி வளர்வதும் வீணில்லையே
முட்கள் நிறைந்த சப்பாத்திக்கள்ளிகளை ஒதுக்கிட
எங்களுக்கொரு பூச்செண்டு கிடைத்துவிட்டது.

கௌரவம்

எனக்கு உண்டு எப்பொழுதும் கௌரவம்
ஏனெனில் நான் ஒரு மனிதன் நான் ஹிந்து

நானதை உணர்கிறேன் ஒவ்வொரு நொடியும்
நான் பரந்தவன் எங்கும் நிறைந்தவன் கடல்
போன்றவன்
எவரையும் நான் ஒதுக்கிடமாட்டேன்
எல்லோரையும் அணைத்துக்கூட்டிடுவேன்

உணர்ச்சி நிறை நேயங்கொண்ட
மனிதர்களின் சகவாசத்தை விரும்புகிறேன்.

நர்மதையின் நீர் என் இரத்தத்தில்
மலரின் மேலிருக்கும் நீர்த்துளி நான்
எனக்கு உண்டு எப்பொழுதும் கௌரவம்
ஏனெனில் நான் ஒரு மனிதன் நான் ஹிந்து

கண்கள் சிறியதாக இருந்திடலாம்
ஆனால் பார்வையோ பரந்ததே
சம்பிரதாயத்தின் ஒரு குறுகிய பாதையல்ல
பற்பல புதியவைகளை கற்றிடும் கலைக்கூடம்

சூரியன் மேகம் கோள் விண்மீன்
என் ஆகாயத்தின் மதியன்றோ நான்!
எனக்கு உண்டு எப்பொழுதும் கௌரவம்
ஏனெனில் நான் ஒரு மனிதன் நான் ஹிந்து

விட்டு விடு

உடலை விடு. மாயையை விடு
பொருட்களின் நிழலையும் விடு.
கோட்டையை உடை, கூண்டை உடை
கனவுகளின் மென்மையையும் தகர்த்தெறி

இரவு சுற்றியலைகிறது இரவு திரிகிறது
இரவு தனிமையில் பிதற்றுகிறது.
பேச்சை விடு; பொருளையும் விடு
பிரமையின் அஸ்திவாரத்தைத் தகர்த்தெறி

ஒருவரும் இல்லையெனில் இருக்கட்டுமே
ஒருவரும் இருக்கவும் இல்லையே
முனைந்துழைக்கும் அல்லலையும் விட்டொழி
இல்லாமைப் பாதையை மெதுவாகப்
போர்த்திக்கொள்.

அறியவில்லையே

இந்தச் சூரியன் எனக்கு பிடித்திருக்கிறது
தனது ஏழு குதிரைகளின் கடிவாளங்களையுமே
தன் கைப்பிடியில் வைத்துள்ளான்.
ஆனால் இவைகளில் எந்தக் குதிரையையும்
சாட்டையால் அடித்ததாக அறியவில்லையே.

இருந்திடினும்
சூரியனின் மதி
சூரியனின் நடை
சூரியனின் திசை
எல்லாமே பொருந்தி இருக்கிறதே;
அன்பு ஒன்றினாலேயே அது.

நிழற்குடை

வெற்றியானால் பொறாமைக்கு ஆளாவோம்
தோல்வியானால் பரிதாபத்திற்காளாவோம்.
வெற்றி தோல்வியைக்கடந்த மூன்றாம்
கரையிலிருக்கிறேன் நான்.

பயம் என்னுள் படிய முடியாது
பாமரனுக்கு எதில் நாட்டம்
வாழ்க்கை முழுவதும் வாழ்ந்த பிறகு தான்
இறக்க வேண்டும் என்னும் தீவிர விருப்பம்
எனக்கு
கடவுளின் நிழற்குடையில் தினமும் பாடம்
கற்கிறேன் நான் ஒரு மாணவன் தானே.
வெற்றியானால் பொறாமைக்கு ஆளாவோம்
தோல்வியானால் பரிதாபத்திற்காளாவோம்.

நிந்தனையென்னும் உப்பு நீர்க்கடல்
புகழ்ச்சியென்னும் தேனினும் இனிய வாக்கு
இரண்டுமே பயனற்ற தங்குமிடமாம்.
நம் கதையை முழுமையாக வைத்துக்கொள்வோம்.

போர்முனையிலும் என்னுடல்
நடுங்கக்கூடாதென்பதே
என் பிரார்த்தனை
வெற்றியானால் பொறாமைக்கு ஆளாவோம்
தோல்வியானால் பரிதாபத்திற்காளாவோம்.

இளவேனிலின் இனியகூவல்

முடிவில் துவக்கம் துவக்கத்தில் முடிவு
இலையுதிர் காலத்தின் அந்தரங்கத்தில் கூவுதே
இளவேனில்

வயதோ பதினாறு எங்கோ குயிலின் லயமிணைந்த
கூவல்
கேசரீ மரம் எவர் மீது வீசுகிறதோ காதல் வலை!
பார்க்க ஏழையானாலும் உண்மையில்
செல்வச்சீமாட்டி
இலையுதிர் கால அந்தரங்கத்தில் கூவுதே
இளவேனில்

இன்று இக்காட்டில் எவரது திருமணமோ
ஒவ்வொரு மரத்திலும் தீபவொளி வீசுகிறது
ஆசி வழங்கிட வந்தனர் சான்றோர்
இலையுதிர் காலத்தின் அந்தரங்கத்தில் கூவுதே
இளவேனில்

வாழ்த்துக்கள் உங்களுக்கே

நீங்கள் நீரைக் கல்லென்று கூறினாலும்
கல்லை நீரென்று உரைத்திடினும்
அல்லது மேகத்தை விண்ணின் மடிப்பு என்றாலும்
ஒருக்கால் தாமரையை முட்செடியென்றும்
கூறினாலும்
இதனால் எவருக்கும் எந்த பாதிப்புமில்லை

நீங்கள் வதந்தியை உண்மை என்றுரைத்திடலாம்
அது போல் பகலை இரவென்றும் கூறிடலாம்
நீங்கள் இளவேனிலை இலையுதிரென்றும்
கூறிடலாம்
நீங்கள் கடலைப் பாலையென்றும்
உயிர் வாழ்தலை மரணமென்றும் உரைத்திடலாம்
இவையோ உன் பேச்சுத்திறனின் விபசாரப்படைப்பு
உங்களுக்கான வாழ்த்துக்கள்
இயற்கை எப்படியோ அப்படியே தான் உள்ளது
ஆரோக்கியமாகவும் நடுநிலைதாங்கியுமே.

படத்தைக் கடந்து

நான் என் படத்தில் இருக்கிறேன் இல்லாமலும்
இருக்கிறேன்
நான் எனது போஸ்டரில் இருக்கிறேன்
இல்லாமலும் இருக்கிறேன்.
இதில் முரண்பாடு ஏதும் இல்லை
இதில் விரோதமிருப்பதாகவும் தெரியவில்லை.

சித்திரம் ஆன்மாவைப்போன்றதல்ல
அதுவோ நீரினால் நனைந்துவிடும்
மேலும் தீயினால் எரிந்துவிடும்
அது நனையும்பொழுதும் எரியும்பொழுதும்
எனக்கு பாதிப்பு ஒன்றுமில்லை

நீங்கள் என் புகைப்படத்திலோ போஸ்டரிலோ
என்னைத்தேடும் மாயை முயற்சியைச்
செய்யாதீர்கள்
நானோ சம்மணம் போட்டு அமர்ந்துள்ளேன் என்
சுயநம்பிக்கையில்
என் பேச்சு உள்ளுணர்வு செயல்களில்
நான் செய்யும் பணிகளால் மட்டுமே என்னை
அறிந்து கொள்ளுங்கள்
பணிகளே எனது வாழ்க்கைக் காவியம்
அக்காவியத்தில் கட்டுப்பாடான நல்ல சந்தமுண்டு
லயம் தாளமும் உண்டு.
தொட்டிலில் கீதாசாரம்
நுழைவாயிலில் செயல்களின் திண்மை
உங்கள் எல்லோருக்கும் காரணமற்ற கசிந்த
கன்னியன்பு உண்டு

நீங்கள் என்னை என்னுருவத்தில் எடை
போடாதீர்கள்
என் வியர்வை மணத்தில் என்னை
அடைந்திடுங்கள்.
திட்டக்குவியலின் இடை தான் நான் ஓய்வெடுக்கும்
இடம்

என் குரல் ஒலியால் என்னை அறிந்து
கொள்ளுங்கள்
என் கண்களிலுள்ளது உங்களது பிரதிபிம்பமே.

காட்சி

மரங்கள் அடர்ந்து வளர்ந்துள்ள தோட்டம்
ஆங்கோர் மரத்தினடியில் அமர்ந்துள்ளேன் நான்

பசுமையான புல் காற்றில் ஊஞ்சலாடுகிறது
வண்ணத்துப் பூச்சிகள் இறக்கைகளை விரித்து
ஆடுகின்றன
வண்டுகளோ ரீங்காரத்துடன்
மலர்களின் மதுவை உறிஞ்சிக் குடிக்கின்றன.

என் கண்களோ
இக்காட்சியினூடே இணைந்திருக்க
மாலை சாய்ந்தது.

ஒரு முழுமரம் என்னுள்ளிருந்து வெளிவந்தது
இருளில் மலர்களொப்ப விண்மீன்கள் மலர்ந்திட
வண்ணத்துப் பூச்சிகளின் இறக்கையை அணிந்து
நான்
காற்றில் மிதந்து ஆடிட
மின்மினிபோல்
ஏதோ மெதுமெதுவாக
விளக்கேந்தி ரீங்கார நாதம்
மணம் மிகுந்த பாடலோசை இசைத்துக்கொண்டு
எல்லா பிரமாண்டத்தின் அன்பை ஏற்க
இந்த பசுமைப்புல் காற்றில் ஊஞ்சலாடுகிறது
என் மலர் நிறைந்த பூங்காவினிலே.

உடலின் பணியை உடலே செய்யட்டும்

உடலின் பணியை உடலே செய்யட்டும்
உள்ளத்தின் பணியை உள்ளமே செய்யட்டும்
சிதைவில்லா பூங்காவினிலே நான் சீதாராமனை காண்கிறேன்
வாக்கின்றி வீணை ஒலிக்கின்றது
மெதுமெதுவாக ஸ்வரங்கள் எழுகின்றன.

உள்ளம் எனதோ மீண்டும் மீண்டும் ஜபிப்பது
உனது ஒரே ஒரு இனிய நாமத்தையே
உடலின் பணியை உடலே செய்யட்டும்
உள்ளத்தின் பணியை உள்ளமே செய்யட்டும்

வாழ்க்கையின் உணர்வலைகள் பொங்கிட
உடல் உள்ளம் இதயத்தினுள் வாழ்க்கை அலைகள் துள்ளிக்குதித்திட
என் கண்களில் ஒரே படைப்பு உருவெடுத்து மிதக்கின்றது
எனக்கிருப்பதோ ஒரே அயோத்தி
அதில் ரகுபதி ராகவ ராஜாராம்

உடலின் பணியை உடலே செய்யட்டும்
உள்ளத்தின் பணியை உள்ளமே செய்யட்டும்.

நர்மதை

நர்மதை பாயும் வெறும் நதிமாத்திரமல்ல
காலங்காலமாய் நாம் செய்த சாதனையே அது.
குன்றாத நம் ஆராதனையே
நர்மதை வரைபடத்தில் நாம் எழுதிடும் வெறும்
ரேகையல்ல.
குஜராத்தின் கைரேகையாவாள்.

குடிமக்களின் பாக்கியத்தை அமைப்பவள்
நர்மதையின் தூய்மையான நீரில்
மலம் நிறைந்த போர்வையைப் போர்த்திட
முயற்சிசெய்யத் துவங்கினாலும்
பெரும் கவி கபீரின் மேல் ஆணையிட்டு
எச்சரிக்கிறேன்
இந்நர்மதை
காந்திஜீ நர்மத் மற்றும் முன்ஷியைச் சேர்ந்தது

அவள் சர்தார் பட்டேலின் கனவு நதியாவாள்
நர்மதை குஜராத்தின் உயிர் நாடியாவாள்
நர்மதை நம் குலதேவதையே
நர்மதை நமக்கு வேண்டும் வரமளிப்பவளே..

ஒளிவு மறைவின்றி

பிராரப்தத்தை மதிப்பது யாரிங்கு
சவால்களை ஏற்கும் மனிதன் நான்
ஒளியைக் கடன் வாங்குவதில்லை
தானே எரியும் ஹரிகேன் விளக்கு நான்

சுடர்விட்டெறியும் தீயை
வேண்டுகிற பிச்சைக்காரனல்ல நான்
என்னொளியே எனக்கு போதுமானது

இருட்டில் நீர்க்குமிழியை அறுத்துத்
தாமரை ஒளியே மிளிர்கிறது.
பனியில் எனக்கு விருப்பமில்லை
நான் ஒளிவு மறைவற்றவன்

பிராரப்தத்தை மதிப்பது யாரிங்கு?
சவால்களை ஏற்கும் மனிதன் நான்
பிறந்த சாதகத்தின் பலனை சார்ந்திருப்பவனல்ல
நான்
கோள்களின் முன் தலை வணங்கேன்
பயங்கொண்டோரின் சதுரங்கத்தில்
என்னுயிர் தாயக்கட்டைகளை வீசாது.
நானே என் குலத்தைச் சார்ந்தவன்
நானே என் வாரிசு ஆவேன்.

பிராரப்தத்தை மதிப்பது யாரிங்கு?
சவால்களை ஏற்கும் மனிதன் நான்.

சவால்

பூமி அழைக்கிறது
ஆகாயம் அழைக்கிறது
இப்பாதையோ மறந்தவர்களின் பாதையாகும்
அதே பார்த்தனின் சவாலாகும்.

மனிதர்கள் வேலியில் கட்டுண்டு தனித்தனியே
பிரிந்து நிற்கிறார்கள்
இதனால் மனிதன் தன்னை இழந்து தானவனாக
மாறினான்.
அகங்காரத்தினராலும் கோஷமிடுபவராலும் ஆக
இருதரப்பினரிடை அடிதடி முற்றிப் பெருகியது.

நானென்ற சுவர் தடுத்து நின்று
கனவுகளை கொன்றுவிட்டது
சவால் உள்ளது, கூக்குரல் உள்ளது.

சமம் என்னும் சொல் பேச்சு வழக்கில் இருந்து
விட்டது.
ஒற்றுமை குலைந்து நசுங்கி விட்டது.

அரசியல் சாசனக் கதவுகள் மூடியுள்ளன
மேலும் கிளர்ச்சிகள் தாண்ட இயலாப் பள்ளங்கள்
உள்ளன.
கண்ணீரோ பெருகியவண்ணமுள்ளன
எங்கும் மையிருட்டு
சவால் உள்ளது. கூக்குரல் உள்ளது.

உடலில் பசி உள்ளமோ உடைந்துவிட்டது
மனிதன் மனிதனிடம் வெகுண்டுள்ளான்

நானில்லை நாங்கள், கடல்
துள்ளிக் குதிக்கிறது ஓ! உடன் பிறந்தோனே
சுவர்களை உடைத்திட கண்களில் தணல் உள்ளது
சவால் உள்ளது கூக்குரல் உள்ளது

பாழடைந்த இடத்தில் கனவுகளை தேடுங்கள்
வாழ்வதற்கு மிகத்தேவையானவை கனவுகளே
நேற்றை மறந்து இன்றைய தினத்தில்
உள்ளத்தைத் திறந்து வைப்போம்
தொடுவானத்தை விசாலப்படுத்துவோம்
மூழ்கியவர்களைக் கரையேற்றுவோம்
ஒருவருக்கொருவர் ஆதரவாயிருப்பதே
ஒளி புது அவதாரம் எடுத்துள்ளது.
சவால் உள்ளது கூக்குரல் உள்ளது

வண்ணத்துப் பூச்சிகள்

மலர்மீதமர்ந்து அங்கிருந்து உடனேயே பறந்து
செல்கிறது
வண்ணத்துப் பூச்சி மீண்டும் வண்ணங்களில்
மூழ்கிவிட்டது
அருகினிலேயே நல்வாசம் கொண்டதொரு
குளம்அமைகிறது.
வண்ணத்துப் பூச்சி நீந்திச்செல்வது படகையொப்பது
சுகத்தின் மென்மையான ஆதவன் உதித்தெழ
மலர்மீதமர்ந்து உடனே பறந்தோடிச் செல்கிறது.

வந்து போவதால் வாழ்க்கை அற்புதமாகிவிட்டது
சிலர் வந்து சென்றிடினும் அந்நினைவுகளே
வாழ்கின்றன
சிலந்தி மென்மை நூலினால் வலை கட்டினாலும்
உடைவதில்லை
வண்ணத்துப்பூச்சி மீண்டும் வண்ணங்களில்
மூழ்கிவிட்டது.

அறிமுகம்

நேரத்திற்கேற்ப எனது பலவித அறிமுகம். நான்
தேனீ ஆவேன்;
குளிர்கால காலைச் சூரியன் என்னுள்ளோ
வைகாசிநிலை.

அலைவேன் இங்குமங்கும் வண்டாகி
அமருவதில்லை நான் எந்த ஒரு இடத்திலும்.
அமர்ந்திடுவேன்
நான் மலர் அருகில்;
நல் வாசத்தில் புகுந்திடுவேன்
காற்று மென்மையாய் வீசிட நான் ரோசா
மலராவேன்
நேரத்திற்கேற்ப எனது அறிமுகம் மாறிவிடும்
நான் தேனீ ஆவேன்;

தோட்டமிருந்திடின் ஈர்ப்பும் இருந்திடும்
ஆங்கு பல்வண்ண லீலைகள் இருந்திடும்
அமைந்த பாதையில் செல்லேன் நான்
எனக்கென விதவிதமான பாதை அமையும்
இப்படிக்காண்கையில்; நானொரு ஆண்டிப்
பண்டாரம்
ஆனால் உள்ளத்தினால் நானொரு
மன்னாதிமன்னன்
நேரத்திற்கேற்ப எனது அறிமுகம் மாறிவிடும்
நான் தேனீ ஆவேன்;

கல் நம்மைத் தடுத்து நிறுத்திவிடும்;
இருபுறத்தில் இடைவெளியில் இருந்திடின்
கல்லினால் படியமைத்திடுவேன்

மலையின் உச்சியை அடைந்திடுவேன்
எந்நேரத்திற்கும் நானே என் கடவுள்.
நானோ எல்லோருக்கும் நண்பன்
நேரத்திற்கேற்ப எனது அறிமுகம் மாறிவிடும்
நான் தேனீ ஆவேன்;

தெளிந்தநிலை

அமாவாசை இரவின் இரகசியமான மௌனம்
அல்லது கொடிய குற்றவாளியின் மௌனமோ
நான் அதை எப்பொழுதுமே ஏற்றுக்
கொள்வதில்லை.
நீரைப்போன்று தெளிவாகவே
நீரோட்டத்தின் உற்சவத்தை
நான் நன்கறிவேன்
கானல் நீர்
அதைப்போல் சிறு கிணறிலுள்ள தவளை
சுவர்கம் என்னும் கற்பனை
அதனூடே உள்ள வித்தியாசத்தை
நான் பிரித்துப் பார்க்கிறேன்.
அநியாயத்திற்கெதிரில் கண்களை உயர்த்தி
நிற்பதும்;
அநியாயத்தின் எதிரில் தலை குனிந்திருப்பதும்
மானுடன் ஒருவனுக்கே உரியது, அதில்
வெட்கம் நாணமென்பதே இருப்பதில்லை.

காத்திருத்தல்

விண்ணில் கல்லைப்போல் சூரியன் உதிக்கிறான்
முழுப்பகல் சணல் துணியொப்பதாயிற்று
முழுவதும் வறண்ட நிலையே
அனல் காற்று மரத்தின் மீதும்
எல்லாமே விநோதமாய் வீசுகின்றது.

நடுப்பகலோ க்ஷயரோகியைப்போல் இருமிட
மாலையும் வேறு வழியின்றி சாய்ந்திட
மேலும் இருளின் கருவண்ணச்சேற்றில்
உருண்டிட

சூரிய காந்தியோ இரவு முழுவதும்
நாளை உதிக்கப்போகும் சூரியனை
எதிர்பார்த்திருந்தது
ஏன்? எப்பொழுது
சூரியன் மலராகி உதித்திடுமோ

தலைவனின் கருணை

ஓ! இறைவா!
என்னால் என்னையோ உலகையோ
மகிழ்ச்சியுடையதாக செய்ய முடியுமோ முடியாதோ
ஆனால் உன்னை எப்பொழுதும் மனங்கலங்க
செய்திட மாட்டேன்
நான்
உன் கிருபையினால் முள்ளும் மலராக மாறுகிறதே
ஒரு நிழற்குடை இல்லாதபோதிலும்
ஓயாத மழை பெய்கிறபோது
நீ வெய்யிலாகி என்னிடம் வருகிறாய்.

எந்த ஒரு பருவமும் வரும் போகும்
அல்லது போகும் வரும்
என்னுள்ளிருக்கும் பருவத்தில்
நீ எனக்கு வேனிலாபருவத்தின் சாயலை
அளித்துக் கொண்டேயிருக்கிறாய்

நீ எனக்கு எவ்வளவு நிறையக் கொடுக்கிறாய்
ஆனால் உன்னையும் என்னையும் ஏதோ ஒரு நாள்
இருவரையும்
ஒரே ஒரு கேள்வி கேட்டுக்கொண்டே
இருக்கிறேன்
உன்னை மகிழ்ச்சி யடையச்செய்ய நான் என்ன
செய்ய வேண்டும் ?
அல்லது என்ன செய்ய வேண்டாம் ?

முயற்சி

தலை குனிந்துநிற்கும் நிலை வரும்படி
எப்பொழுதும் எதுவும் செய்யமாட்டேன்.
உயர்ந்த மலைபோல் அழுத்தமாக அசையாமல்
இருப்பேன்:
நதியோ தெளிந்த நீருடன் ஓடுகிறது.

அலங்காரமான சொற்களல்ல
உள்ளிருந்து வெளிவரும் வார்த்தைகள்,
இந்த பூமியைக் காதலிக்கிறேன்
மௌனத்தை ரசித்து கீதமிசைக்கிறேன்.

கலாசாரத்தின்
இசைலயத்தில் இந்நூற்றாண்டு
ஏதோ பாடிக்கொண்டிருக்கிறது.

தலை குனிந்துநிற்கும் நிலை வரும்படி
எப்பொழுதும் எதுவும் செய்யமாட்டேன்.

எனது ஒவ்வொரு செயலின் பின்னரும்
இறைவனின் ஆசி நிறைந்திருக்கிறது
தவறைச் செய்யாதவன் எப்பொழுதுமே
அஞ்சவேண்டாம்
எல்லாவற்றினினுள்ளுமே நல்ல சர்ச்சை இருக்கும்;
சொற்படி நடப்பேன்: எப்பொழுதும் ஒரு கெடுதலும்
நிகழாது

தலை குனிந்துநிற்கும் நிலை வரும்படி
எப்பொழுதும் எதுவும் செய்யமாட்டேன்

பிரார்த்தனை

மக்களின் கும்பலோ திருவிழாவோ
என்னைச் சார்ந்தவர்களோ நண்பர்களோ
வரவேற்கிறேன் யாவரையும்
என் கூண்டில்

நுழைவாயிலில்
தோரணமாலையில் எழுதியுள்ளது
'வாய்மைக்கு வரவேற்பு'
வாய்மை எதிரியானாலும்
வக்ரமானாலும் சரி.

பூங்காவின் நறுமணத்தைக்காட்டிலும்
எருவின் கெட்ட நாற்றத்திற்கு சிறப்பு அதிகம்.
பகைவனிடமும் வாய்மையைக் காணும்
நடுநிலை வகிப்பவன் நான்.

வதந்திகளை விரட்டியடித்திடத் தேவையான
விவேகமும் உண்டு
புறம் பேசுதலின்றி வாழ்தலும் இயலுமோ!
முரண்பாடுகளின் நடுவில் இருப்பினும்
உண்மையை அறியும்
திறமை என்னிடம் உள்ளது.
அவரவற்கேற்ப உண்மை மாறி அமையலாம்.
வாய்மை மாறி அமைகிறது.

நான் சத்தியத்தின் அருகினில் வாழ விரும்புகிறேன்
எனக்கு வெளிச்சத்தையளிக்கும் சூரியனே

சத்தியமாகும்
எனது வாழ்க்கையே காயத்ரீ மந்திரமாகும்
ஒவ்வொரு நொடியும் நான் பிரார்த்திப்பதும்
இதுவே.

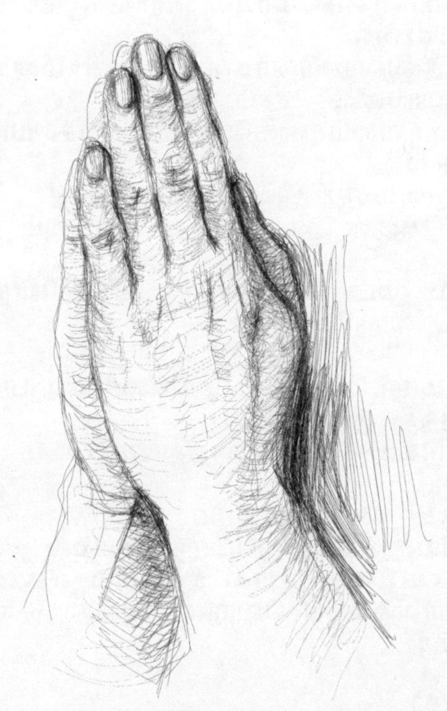

அன்பு

தண்ணீர்ச் சங்கிலி போன்றது எனது இந்த அன்பு
அது கட்டுக்குள் அடங்காதது: கட்டவும் இயலாதது

யாரேனும்; ஆணையிட்டு கூறினாலும்; எனக்கதில்
விருப்பமில்லை
மேலும் அவ்வுறவினர்களிடம் என் மனம்
களிப்பதுமில்லை
இரவு முழுவதும் பனிபோல் குளிர்ச்சியான
அன்பினால்
பிடிக்க முடியாது, பிடிக்க இயலாதது
அது கட்டுக்குள் அடங்காதது: கட்டவும் இயலாதது

வெய்யில் முட்டியில் வராது. வீசும் காற்று
கூண்டை விரும்பாது.

உருபல மாறி உலவும் முகிலொப்பப் பரந்து
வியாபித்தது இந்த அன்பு
அது கட்டுக்குள் அடங்காதது: கட்டவும் இயலாதது

பனி வரும் பனி மறையும்
அது சூரியனுக்கு ஒருபொருட்டுமல்ல
ராஜ அன்னத்தைப்போல் நீந்திடும் என்னன்பு
முத்து மாலையில் வெறுமையைத் தொடுக்கவும்
இயலுமோ?

போராட்டம்

உயர்ந்த மலையுச்சியை அடையப் போராடினேன்
ஆனால் கிடைத்ததோ கடைசியில் கல்தான்

பூத்த பூங்காவை அடையச் சென்றேன்
ஆனால் வழிநெடுகக் கிடைத்ததோ முட்கள்தான்

காலங்காலமாய் பெருகும் நதியை அடைய
முயன்றேன்
ஆனால் கிட்டியதோ நீர்க்குமிழிகளே

ஜ்வலிக்கும் பகற்சூரியன் எட்டியிருந்தான்
ஆனால் நிழலோ புகைப்படமாயிற்று

ஆகாயத்தில் நிலவைப் பிடிக்க முயன்றேன்
ஆனால் விண்ணையே இழந்துவிட்டேன்.

பெருங்கடலின் ஓரலை கரையைத் தட்டியது
ஆனால் அது அழுவதும் ஏனோ

நடுநிசியில்

நடுநிசியில் குயில் கூவுகிறது, மனத்தைத்
திறக்கிறது
குயிலினிடம் என்ன தான் கூறுவது?

அந்தரங்கத்தை வெளிப்பரப்பிடவும் இயலுமோ
நீர்ப்பாயலை இங்குமங்கும் பரப்பிடலாகாது
உணர்ச்சிகளை அப்படியே கொட்டிடவும் இயலுமா
யாரேனும் தராசில் எடைப்போட்டுப் பார்ப்பார்களே
குயிலினிடம் என்ன தான் கூறுவது ?

நம் வேதனையை நாம் தான் அறிய வேண்டும்
நம்பிக்கைக்குப் பாத்திரமான மனிதர் எங்கு உளர்?
கதவு மூடியிருக்க ஏன் தட்டி உலுக்கி
எழுப்புகிறாய்?
கானல்நீரை ஏன் சோதிக்கிறாய்?.
குயிலினிடம் என்ன தான் கூறுவது?.

என் மென்மனம்

எனது மனத்தில் தாவாக்னீ பற்றிவிட்டது
ஒவ்வொரு அங்கத்திலும்; தீ
சகாராபாலையின் நடுவில் தேடுகிறேன்
நறுமணம் நிறை பூங்காவை
வலியோர் கண்டேன் நலியோர் கண்டேன்
ரோகியைக் கண்டேன் போகியைக் கண்டேன்
மாயை எவரை விட்டதோ அவர் தான்
நித்தம் நோயில்லா உடலைப் பெற்றவர்.

ஜலஜலவென ஒவ்வொரு தந்தியிலும்
இழைகின்றது ஆடும் இனிய கீதம்.

என் மனதிலுள்ளதை எடுத்துரைக்கிறேன்
இனியாவது விழித்தெழு
முட்களை அகற்றிவிட்டேன்
மலர்களின் மென்மையான படுக்கையும்
விரித்துவிட்டேன்
உலர்ந்த இந்நிலத்தில்
வானவில்லை விதைத்திட
நல்வினை நெற்றியில்
வியர்வையின் திலகம் தேடும்.

மனம் முழுவதும் மூழ்கவிடு

ஆகாயத்தை
தன் தழுவலில் பிடிக்க
முயற்சிசெய்யும்
சுழன்றெழும் கடலே
எனக்கு ஊக்கமளிக்கிறது.
எனது வாலிப
சக்தியும் வலிமையும் ஆகும்.

இதில் ஷனாய் வாசிக்கிறது
ஜயபேரிகையும் கொட்டுகிறது,
மலையுச்சியினுள்
ஓராலயத்தையும் காட்டுகிறது.

எந்த ஒரு கரையையும் பொருட்படுத்தும்
கடலல்ல இது..

நம்மால் ஏற்றுக்கொள்ளும் சக்தியிருந்தால்
நம் உள்ளங்கையில் வீசியதோ கடலின்
நுரைப்பூக்களே.
அப்பூக்களில் ஆடுகிறது
அலைகளின் பூங்காவின் நறுமணம்
அம்மலரிலோ நதி தன்னுருவிழந்து கடலில்
கலக்கும்
பிரிவினை வேதனை. சொட்டுகிறது.

கடலில் கலந்த ஆற்றின் வெள்ளத்தை

என்றுமே பிரித்தெடுக்க இயலாது

என்னால் மலைபோல் அசையாமல், நிற்கமுடியும்
கடலைப்போல் மென்னலை பாய்ந்திடவும் இயலும்.
நீங்கள் என்னை
உளியால் உருவாக்க இயலும்
என்னை உருகுலைக்கவும் இயலும்.
நீரைப்போல்
என்னை எவ்வுருவிலும் உருவாக்க இயலும்.

கையில் எடுங்கள்
மனக்குமுறல் எனும் குண்டூசியும்
நட்பெனும் கையுளியையும்
தொடுவானமே சுவராக
ஆகாயமே கூரையாக.....
மனிதர்களின் கூட்டம்
பசுமை நிறைந்த படைப்பு
இதுவே என்னில்லத்தின் அமைப்பு.
எனது பரந்த மனதில்
முழு படைப்பும் அடங்கும்.

மந்திரம்

முன் பனிக்கால இரவு......மணற்பாங்கான பாலை
ஒவ்வொரு மணல் துகளிலும் பொன்துகள்கள்.
ஒவ்வொரு நொடியிலும் பளிச்சிடும் இவ்வழகு
அவைகளின் உறவைத் தானே,
நிலைத்திருக்கச்செய்கிறது.

இதுபோன்றே வாழ்க்கையின் ஒவ்வொரு நொடியும்
வருகிறது போகிறது
இப்பாயும் நீர்
சொட்டிப் பளிச்சிடும் ஒளி
காற்றின் அலை
மலர்களின் மணம்
எரியும் விளக்கு
எல்லாவற்றின் உணர்வும் அறியப்படுகிறது.

ஆனால் வருதலும் போதலும் அமைந்த
இவ்வாழ்க்கையின் முகவரி கூட அறிவதில்லை.
கேட்டதுமில்லை.
நேற்றைய மாலை நேரத்தில் வாழ்க்கை ஸ்தம்பித்து
நின்றிடினும்
கடந்த நொடியைக்கூட வாழ இயலும்.
வரும் நொடியில் நம்பிக்கை விளக்கை ஏற்றி
வைக்க இயலும்
இருளும் ஒளியை முத்தமிட இயலும்
பெருகி ஓடும் வாழ்க்கையின் நொடியையும்.நிறுத்தி
வைக்க இயலும்.

எத்தனை நொடிகள் முழுவதும் வாழ்க்கையில்
கிட்டியது எனக்கு

சில நொடிகளே உண்மையாக வாழ்ந்தேன்.
கடந்து செல்லச்செல்ல சில நொடிகள்
நின்றுவிட்டனவே

ஒவ்வொரு மூச்சிலும் நறுமணம் உண்டு.
ஒவ்வொரு பேச்சிலும் அன்பு உண்டு
கடந்த மாலையின் நினைவு உண்டு
நின்ற கண்ணீரில் பெருகும் நம்பிக்கை உண்டு.
உறங்கிய கனவுகளில் புது காலை உண்டு.

எந்திரம் போன்ற வாழ்க்கையில்
எழிலென்னும் புது மந்திரம் கிடைத்ததே!

அம்மா எனக்கு அருள்புரி

மனமென்னும் சிறு அறையில் அமர்ந்துள்ளேன்
தாயே
அம்மா! என்னைப் பரிவுடன் தட்டிக்கொடு.
அருள் புரி எனக்கு
திறன் அளி எனக்கு
மெய் அளித்திடு எனக்கு
வழியில் இருந்திடுவேன் நான்.
என் ஒரே விரதம் இதே
எனக்கு உன் ஆசைகளும்
எனக்கு உன் ஆறுதலுமே.

அம்மா எனக்கு அருள்புரி திறன் கொடு எனக்கு.
மனமென்னும் சிறு அறையில் அமர்ந்துள்ளேன்
தாயே

பற்றைத் துறந்தேன் நான்
சமநிலையை வேண்டுகிறேன்
மலர்களின் மாயையுமல்ல
நறுமண நிழலுமல்ல
உன் சேர்க்கையில் தான் எத்தனை வண்ணங்கள்?
அவை என்னைச் சார்ந்தவையே
பிறரைச் சார்ந்தவை யல்ல என்றெண்ணுகிறேன்
என்னம்மே! அமைதியை அருள்வது நீ ஒருத்தியே
அருள் புரி எனக்கு
திறன் கொடு எனக்கு
மனமென்னும் சிறு அறையில் அமர்ந்துள்ளேன்
நான்.

வீரர்களின் வழியே எனதாகும்
எல்லையற்றது உன்னன்பாகும்
என் வாழ்க்கைக் கடலில் உள்ளது ஒன்று
உன்னன்புதான்
என் வாழ்க்கைக் கடலில் உள்ள ஒரே படகு நீ
தான்
ஒருக்கால் அப்பெருங் கடலும் கதறிப்புலம்பிடலாம்
அச்சூழலிலும் ஆ! என புலம்பமாட்டேன் நான்.
அம்மா எனக்கு அருள் புரி
எனக்குத்திறன் கொடு.

பூங்கா தோட்டமெல்லாம் ஒருக்கால்
உலர்ந்துவிட்டால்
பூக்களெல்லாம் தானே காய்ந்து வாடிவிட்டால்
தோட்டக்காரனும் நாணி வெட்கமடைந்தால்
அப்பொழுது கண்ணீரைத் தெளித்திடு
கெட்ட குணத்தையும் நீ கண்டுகொள்ளாதே
பூக்களினால் மாலை ஒன்று இவ்வாறு தொடுக்க
அதிலிருந்து கடவுளின் உருவம் வெளித்தோன்றிடும்.

அம்மா எனக்கு அருள் புரி. திறன் கொடு எனக்கு.

மாயை

எனக்கு வெற்றுத்தாளின் மாயை
வெற்றுத்தாளின் இதயத்தைப் பார்த்தால்
மறைந்துள்ள முகங்கள் தான் எத்தனை!

வெற்றுத்தாளில் முகிலின் முகம்
முகில் பொழிந்திடில் பசும்புல்
சுற்றுமுற்றும் கண்ணில்படுவது மரங்களும்
மலையும்
கண்களுக்குக் கேட்டதோ காற்றின் மூச்சே
நான் பிறன் என்றொருவருமில்லை
மௌனத்திலும் இதே உரு வெளிவந்தது

வண்டுகள், வண்ணத்து பூச்சிகள், மின்மினிகள்
கட்டியதொரு பர்ணகுடில்
அக்காதிதத்தை நுகர்ந்திட அதிலிருந்து
வெளிவருவதோ முதல் மழைத்துளியின் மணம்
எனக்குக் கிட்டியது மென்மையான நிழல்
காணாத நிழலை போர்த்திக்கொண்டுள்ளேன்.

திருவிழாவில் சந்திக்க விடு

பெருங்கூட்டத்தைத் திருவிழாவாக
மாற்றியமைப்பதே
என் வாழ்க்கையின் குறிக்கோள்
என் வாழ்க்கையின் செயலுமாகும்.

திருவிழாவில் மனிதன் நகர்ந்துகொண்டிருப்பான்
சந்தித்துக்கொண்டே இருப்பான்.
காலத்தை அழகுறச் செய்வான்.

'உண்டு' என்பதை நம்புபவன் நான்
'இல்லை இல்லை' என்பதை களைந்தெறிபவன்
வீடே இடிந்து வீழ்ந்திடினும் அதற்கு
ஆதாரம் கொடுப்பவன் நான்

மனிதன் பின் மாதவன் இருக்கிறான்
ராகவனும் இருக்கிறான்
என்னிடம் பூங்குழல் இருக்கிறது
என்னிடம் சிவதனுசும் இருக்கிறது

ஆண்டவனுக்கும் அரக்கனுக்கும் இடையில்
நானோ ஒரு மானுடனாக உள்ளேன்
மனிதனாக இருப்பதே பெரும் விஷயமன்றோ
பூமியில் சுவர்க்கத்தைக் காண்பேன்
இதுவே என் பெரும் நிதி.

கூட்டத்தைக் கலைய விடு
திருவிழாவில் சந்திக்கட்டும்.

பயணம்

கடந்த காலத்தின் பாதையில் என்னால் வெகு
தூரம் செல்ல இயலும்.
ஒவ்வொரு முகத்தையும் என்னால் நினைவில்
இருத்தி அடையாளம் காண இயலும்
ஏதோ ஒரு சிக்கலுடன் நினைவை
பிடித்திழுக்கவேண்டிய அவசியமில்லை
பொதுவாகவே எல்லாவற்றையும் சாதாரணமாகக்
காணலாம்;
அடையாளமும் கண்டுகொள்ளலாம்

விஷயம் இதுவே மிக நேரானதே
எவர்களுடன் நான் கூடியிருந்து செயல்பட்டேனோ
அவர்களும் இதை மறக்க இயலாது
இறுதியில் சோதனையும் வேதனையும் முடிந்திட
பயணமும் நிறைவு பெற்றதாயிடும்

இரகசியம்

இரவுவேளையில்
கருவண்ண சீலையணிந்து
மலர்ந்துள்ள மரங்களைக் காண விருப்பமில்லை
எனக்கு

என் அவா ஆதவனின் ஒளியில் நிற்கும்
மரங்களைப் பார்க்கவே

நடுப்பகலின் வெய்யிலைத் தாங்கி மலர்களால்
பூத்துக்குலுங்கி
பறவைகள் மணத்தைப் பரப்பும் மரங்களைக் காண
விழைகிறேன்

காலையில் மரங்களின் மகிழ்ச்சி
மதியம் மரங்களின் வாலிபக் கிளர்ச்சி
மாலையில் மரங்களின் துடிதுடிப்பு
ஒவ்வொரு ரோமத்திலும் இவைகளை
போர்த்திக்கொள்ளும் அவா எனக்கு

மரங்கள் - என் ஆத்மாவின் உள்ளுணர்வு
அதன் நிழலில் சுகமாக உறங்குகிறது
பகலில் எரித்தெடுக்கும் சூட்டுக்காற்று
நிழலில் என்னைப் போர்த்தி மறைக்கிறது
தென்றலின் அருளைப் பெறுகிறேன்
மென்மையான மழைத்துளிகளைத் தாங்குகிறேன்

மரங்கள் - நான் ஒருபொருளுணர்த்தும் சொற்கள்
இவை
இதுவே என் இரகசியமாகும்.

ரமேஷ் பாரேக்

> தனது நடுங்கும்
> தனிமையை ஏற்று
> நாமெல்லோரும்
> மனிதக்கும்பலெனும்
> தீயைச்சுற்றி
> அமர்ந்துள்ளோம்
>
> — ரமேஷ் பாரேக்

நல்மதிகள் ஐவரின் திருவிழாவில் அமாவாசையின் இருள் சூழ்ந்துள்ளது.
கனவு விதைக்கும் முன்பே இலையுதிர் காலை பாதிக்கிறது

நடுப்பகலில் இரவு தோன்றிடக் கண்களில் இருள் சூழ்கிறது
ரமேஷ் இன்றி என் வாழ்க்கை தானே வெற்றிடமாயிற்று
காலம் கொடுங்காலமாக கண்ணீரோ ஊமையாகிறது

ரமேஷின் எழுத்துக்களை நான் தாரகைகளின் பெயர்களாக அளிக்கிறேன்
அமரேலியை எண்ணி கவிதையின் கிராமத்தை அர்ப்பணிக்கிறேன்

நாம் எப்படி பிறாண்டி காயப்பட்டோம் என்பதை யாரிடம் சொல்வோம்

கண்ணில்லாத கண்ணாடியில் ரமேஷைப்போல் காண்கிறேன்
சொற்களை ஆதாரமாகக் கொண்டு கவிதையை அணுகவேண்டும்
ரமேஷின் புகைப்படத்தை மீண்டும் சட்டத்தில் இணைக்கிறோம்.

இலக்கை அடைதல்

இலக்கை அடைவதில்
தன் மெய் மறந்திடு
ஓடியும் குதித்தும்
இடைஇடையே
தடுமாறிக்கொண்டும்............
இரத்தம் தெளித்த
பாதையில் காலடி வைத்திட
மேலும்
செக்கச்சிவேலென்ற
காலடிகளைக் கண்டு
கண்ணீர் கலந்த புன்னகை வீசி
முன்னோர்களின்
குருதிப் படுக்கையின் மேல்
படர்ந்த சூரிய ஒளி
கதிரவனின் கதிர்களின் பிரகாசம்
என் புன்னகையையும் அதன் செவ்வண்ணத்தையும்
மங்கிவிடச்செய்திடும்
பிறகு அந்நேரம் என்னுடைய
'நான்' முழுவதும் மறைந்துவிட
இலக்கு அருகாமையை உணர்ந்திட
என் போக்கு துரிதமாயிற்று

வந்தே மாதரம்

வந்தே மாதரம்
இது கீதமல்ல
இது நம் கௌரவம், மாட்சி, கண்ணியமே
சுதந்திர பெரும்வேள்வியின் ஆஹூதியாகும்.
நாட்டுப்பற்றின் அபிலாஷையாம்.
குடியாட்சி மன ஆட்சியின் பெரும் மந்திரமிது.
முன்னேற்றத்தின் இடையறா இதயத்துடிப்பிது.
தலைகுனியாமல் இருந்திடும் நம்
அடையாளமிதே.....
1857 ம் ஆண்டின் பேரொளியிது

சத்தியத்திற்காகக்
குருதியின் அபிஷேகம்
இடையறா.................

வந்தே மாதரம்.............
இது சொல் அல்ல
நம் மந்திரம் அது
சுதந்திர சக்தியின் நம் உயிர்நாடி.
முன்னேற்றத்தின் ராஜபாதையாகுமிது.
புனைந்த தேசீய வாழ்க்கையின் நெடுஞ்சாலையிது.
மக்கள் வாழ்க்கையின்
விடியும் ஒவ்வொரு காலையிலும்
உணர்ச்சிகளை தட்டியெழுப்பிடும் குரல் இது.
வந்தே மாதரம்.

எதிர்மறையும் விசித்திரமும்

நிறைமதி உதித்தும்;
கடல் பொங்காமலிருத்தல்
ஆதவன் உதித்தும்
சூரியகாந்தி மலராதிருத்தல்
நதி தானே
கடலைச் சந்திக்க மறுத்தல்
மலர் மலர்ந்திட
வண்டு ஆர்த்தலை விடுத்தல்
மணி அடித்து
ஆலயம் திறக்காமலிருத்தல்
விளக்கேற்றியும்
ஆலயம் பேரொளியின்றி இருத்தல்
அன்பு இவ்வளவு எதிர்மறையாகவும்
வித்தியாசமாகவும்
உண்மையில் இருந்திடவும் இயலுமோ

வியப்பின் விடியல்

தோல்வியின் இரவு மூழ்கவிட்டது
வெற்றி விடியல் விடிந்தது
இன்று காலையைக் கொண்டாடுங்கள்.
நமது வரும் காலை ஒளிமயமானதே
இருளின் எல்லைச்சுவர் இடிந்துவிட்டது
இன்று சக்திவாய்ந்த காலை மலர்ந்துவிட்டது

இனி எல்லோரும் சபதமாம் பாதையை
ஏற்றுக்கொள்வோம்
நம் ரதம் போர்வீரன் போர்தீரன்
தன்னுள் எல்லோரையும் தாங்கிக்கொள்ளுங்கள்
அறவே அகற்றிடுங்கள் சுயநலத்தை
மலரில் மணம் நிறைந்துள்ளன.
இன்று சக்திவாய்ந்த காலை மலர்ந்துவிட்டது

இனி துன்பத்தின் கதையில்லை
அல்லலும் புலம்பலும் கூட இல்லையே
சுழல் காற்று அகன்றுவிட்டது
பரந்துவியாபித்த ஆகாயம்
முட்களாம் இன்னல்கள் விலகின.
மலர் மஞ்சம் விரித்தாகியது
இன்று சக்திவாய்ந்த காலை மலர்ந்துவிட்டது

விண்ணும் புவியும் பொங்கின உவகை
ஒவ்வொரு ரோமத்திலும் கனவின் மணம்

இதயத்தில் இராமனின் நம்பிக்கையை ஏற்றுங்கள்
எவரிடமும் மன உளைச்சல் இல்லை
இன்று சக்திவாய்ந்த காலை மலர்ந்துவிட்டது

வேதனையைப் பாயவிடு

வேதனையைப் பாயவிடு; கண்ணீரை வழிய விடு
மலர்கள் உதிர்ந்தால் உதிரட்டுமே, மண்ணோடு
மண்ணாய்க் கலக்கட்டுமே
கனவுகள் நீரில் நனைந்து போயின
காரணமின்றி முடிச்சுளாய்ச் சிக்கிவிட்டன
கண்கனென்னும் ஜன்னலில் அமர்ந்தவண்ணம்
கண்ணீரோ
சாதகப்பறவைபோல் ஏங்கி நீரை எதிர்பார்க்க
விடுங்கள்.
வேதனையைப் பாயவிடு; கண்ணீரை வழிய விடு.

நொடி மலர்ந்திட நம்பிக்கையாம் புன்னகை
அரும்பிட
ஒன்றுமறியாமலே உள்ளம் மகிழ்ந்து பொங்கிடும்
என் கண்களாம் ஏரியினில் அன்னப்பறவைகள்
துள்ளிக் களிக்கட்டுமே
வேதனையைப் பாயவிடு; கண்ணீரை வழிய விடு
இன்பதுன்பங்களின் கனவுகள் பற்பல உலகங்களின்
மாயையே
மேகக்கூட்டத்தின் நிழலால் நானோ
என்னைப்போர்த்துக் கொள்கிறேன்
சூழ்ந்த கார்மேகத்தை அன்பே! மனம் குளிரப்
பொழிய விடு.
வேதனையைப் பாயவிடு; கண்ணீரை வழிய விடு

சொற்கள்

என் சொற்கள் கற்களொத்தன
பாயும் சொற்களோ கலகலவென ஓசை செய்யும்
நீர்.
ஒன்றுக்கொன்று பூர்த்தியாக்கும் கல்நதியின் குரல்.
ஒன்றுக்கொன்று இணைந்திருந்தாலும்
தனி ஆறுதல் இருந்திடும்,

நம்மை நினைவில் கொண்டிருக்கிறது
முடிவற்ற காலத்தின் கரை.

கதை சொல்லும் மன்னன் நானென்றால்
கட்டுக்கதையின் ராணி நீயே

நதியொன்றுக்கு கரை இரண்டு
ஒன்று உனது, ஒன்று எனது,
காலமோ முடிவின்றி பாய்ந்தோடிக்கொண்டிருக்க
நாடோடியைப் போலவே,
பேச்சையும் வேதனையையும்
ஒருபொழுதும் அறியாதது போல் இருக்கின்றனர்.

அழியாப்பருவம்

தினந்தோறும் இதே பேரவை மனிதர்களின்
பெருங்கூட்டம்
காமிராவைத் தோளில் தாங்கிடும்
புகைப்படக்காரர்கள்
கண்களைக் கூசவைக்கும் பேரொளி
ஒலியை பன்மடங்கு பெருக்கிடும் ஒலிபெருக்கிகள்

--- இவை அனைத்திற்கும் நான்
பழக்கப்படாமலிருப்பது
அது இறைவனின் அருள்.

இனியும் எனக்கு விந்தையளிப்பதோ
இந்த சப்த வீழ்ச்சி எங்கிருந்து வெளிவருகிறது?
சில நேரம் அநியாயத்தின் எதிராக
சில நேரம் என் குரல் கண் முறைக்கிறது.
சில நேரம் வார்த்தைகளின் அமைதியான நதி
அமைதியின் உயிரில் வாழ்கிறது..

சில நேரம் சொற்களின் கூதிர்கால அழகு
பொழிகிறது
சொற்கள் தானாகவே பொருளின் பட்டாடை
அணிகின்றன.
சொற்களின் பிரயாண வழி செல்கிறது
அதன் போக்கை நான் பார்த்துக்கொண்டே
இருக்கிறேன்.

இவ்வளவு சொல்லோசைகளின் இடையில்
நான் தனிமையைப் பாதுகாக்கிறேன்.
மேலும் மோனத்தின் உள் நுழைந்து
என்றும் இருந்திடும் முடிவற்ற பருவத்தை
மகிழ்கிறேன்.

கனவின் விதை

நான் கல்லைக் கல்லென்று விடுவேன்
நீரை நீரென்று உரைப்பேன்
நான் உள்ளதைப் பேசும் ஒரு மனிதன்
ஆகாயத்தைப் பார்க்கிறேன்
வானவில்லைக் கண்டு வசீகரிக்கப்படுகிறேன்.

ஆனால் எனது வீடோ
வானவில்லின் மேல் கட்டப்பட்டதல்ல
வானவில்லின் வண்ணங்களை என்னிடம்
எடுத்துவரும்
கனவு எனக்கு உண்டு.
ஆனால் அது காதல் கனவல்ல
வாழ்க்கை முழுவதும் செய்த தவத்தின்
விளைவாகும்.

உனக்கு கனவு இருக்கிறதோ இல்லையோ
நான் கனவின் விதையை
மண்ணில் விதைத்து விட்டேன்
அதில் பிறருக்குதவும் நீரைத் தெளித்துவிடவும்

முளைவிட்டு ஆலமரமாக வளர்ந்திடும்
ஏதோ ஒரு விராட் புருஷனின் கைகளைப்போல
கிளைகள் பரவிடும்
பறவைகளாம் மாலை கட்டி
விண்ணின் கண்களில் தெரிந்திட,

அவைகளின் கழுத்திலிருந்து நதிகள்
பெருகிடுவதில் எழும்
அலைபாயும் ஸ்வரங்களின் பாடலில் கடவுளைக்
காண்பாய்.

சேர்க்கை

இரவின் கருவிலிருந்து வெளிவந்த பகல்
கூறுகிறது
'வா' என்னருகில் அமர்ந்து கொள்'
ஒவ்வொரு நட்சத்திரமும் அன்புடன் ஒளிவிடுவதை
அறிகிறேன்
விண்மீன்களோ தோன்றியது முதல்
மகிழ்ச்சி மலராய்ப் புன்முறுவலுடன் இருக்கின்றன.
நான் அறியேன்
யார் இவர்களை வளர்த்து கற்பிக்கிறார்களோ?
ஒன்று மட்டும் திண்ணம்
இவை ஒன்றோடொன்று ஒற்றுமையுடன் உள்ளன.
முட்களைச் சிறிதும் பொருட்படுத்தாமல்
மலர்களைப்போல் மலர்ந்து மணம் பரப்புகின்றன.
பகலென்னும் கிளையினில் மலர் மாத்திரம்
மலர்வதில்லை
பறவைகளின் புள்ளோசையும் மயக்குகின்றன.
இளவேனிற்காலப் புள்ளோசைக்கு உருவமில்லை
நல்ல மணமுண்டு
அதன் போக்கும் உருவமற்றதே
உருவம் போக்கு இவைகளின் சேர்க்கை
இதுவே என் சாதனை.
நடத்தை தானே அமைவது
அது தவத்தின் பலனாகும்
எத்தனை நாட்கள் உயிர் வாழ்வேனோ
வாழ்நாள் முழுவதும் தொடர்ந்து வாழ்ந்திடுவேன்.

அமைதியில் அமருதல்

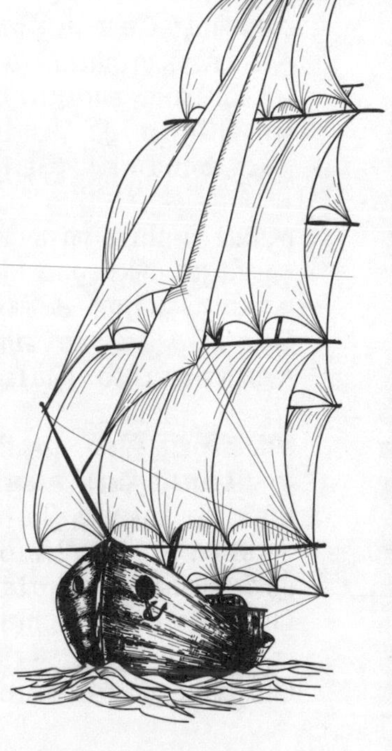

கடலொத்த பரந்த மனது
மட்டற்ற மகிழ்ச்சி நிலை
அலைகள் பாய்ந்திட
நம் வாழ்க்கையில்.
நட்சத்திரக் கூட்டம்
சந்திரக் கலை
நமக்கு வழிகாட்டிடும்.
பல ஆசான்கள் ஆலயத்தில்
கடலில் வீழ்ந்தது ஒரு சிப்பி
நாட்டைப் பங்கிட்டுக்கொள்ள

எங்கிருந்தோ செய்தி
விண்வழிசெல்லும் ஆசான்கள்
சுவரின்றியே கடலில்
நான் ஹிந்து நான்
பாகிஸ்தானி
எல்லையைக்
கடந்தாகவேண்டும்
இல்லையெனில் தினந்தோறும்
தண்டனைக்காளாதலே.

யாரேனும் வந்தாலும் ஏன்
வந்தார்கள்
எவரும் வரவில்லையாயினும் ஏன் வரவில்லை
ஆனால்
கடலில் நெருப்பு எரிந்துகொண்டிருப்பதைப்போலவே
மனதில் தாய்நாட்டுப்பற்று கொழுந்து
விட்டெரிகிறது.

சங்கல்பம்

எங்கிருந்தோ உதிக்கிறான்
தீயைப்பொழியும் கதிரவன்
பகலிலோ காயும் வெய்யில்
எரிகிறேன் தீப்பொழியும் விண்ணில்
குளுமையான இடத்தைத் தேடுதல்.

சூரிய அம்புகளை உரித்தெடுக்கிறேன்
ஒளியும் நிழலும் நிறைந்த குறுக்குப்பாதையில்
நான் வெற்றி கண்டேன்
தேர்ந்தெடுக்கும் வாய்ப்பு கூட்டத்தில்
கற்பனையில் இயலா சங்கல்பம் பெறுகிறேன்

சங்கல்பத்தின் ஒளி சங்கல்பத்தின் சக்தி
சங்கல்பத்தின் உணர்வு சங்கல்பத்தின்சேர்க்கை
மாலை மலர்ந்திட
தூசியெழ ஆவினம் திரும்பிட
இன்றுள்ளது புத்திசாலியின் ஒளி
பெருவாழ்வு பெற்றவனின் மாட்சி
அவதாரம் என்பது பிறரை ஆதாரமாகக் கொண்டதல்ல
மேலும் இயலாமை என் இரத்தத்தில் இல்லை.

நினைவு

மங்கிய குறுகிய நினைவாம் விளக்கு
கிளம்பியதே இருளைப் பருகிட
இருட்டோ அடர்ந்து பரந்து கும்பிருட்டாக
அவ்விருளைக் குடித்தும் குடிக்க இயலவில்லை

மரத்தின் இலைகள் உதிர்வது போல்
நினைவுகளும் உதிர்கின்றன..............
நினைவுகள் உதிர்வதென்றால் என்ன?
நினைவுகளை நிரப்புவது என்றால் என்ன?
நினைவுகளின் ஆழம்தான் எவ்வளவு?

நினைவின் பாலைவனக் கடல் பாய்கிறது
நினைவில் வைகாசி நடுப்பகல்
நினைவென்பது நகமல்ல கூரிய நகம்
நினைவின் விளக்குகளை அணைத்து விடுங்கள்
நினைவின் இறக்கையை வெட்டிவிடுங்கள்
நினைவை வெளித்தள்ள இயலாது
நினைவின் கண்களைக் குத்திவிடு

நினைவின் நாக்கைத் துண்டித்து விடு
அதன் இதழ்களைத் தைக்க இயலாது
நினைவில் இருட்டும் வருகிறது
நினைவின் இருட்டு சுழல்கிறது.
நினைவில் நெஞ்சம் தழுதழுக்கிறது
நினைவில் வாழ்க்கை இருக்கிறது.

நினைவின் வண்ண உருவம் பல
நினைவே நிழல் நினைவே வெய்யில்
நினைவிற்கு ஏது காலடி

நினைவிற்கு ஏது மங்கள துவக்கம்
நினைவிற்கேது சூரியோதயம்
நினைவிற்கேது சூரியாஸ்தமனம்
நினைவிற்கேது மரணம்
நினைவிற்கேது சரணம்.
நினைவிற்கேது பேச்சுத்திறன்
நினைவிற்கேது இருப்பிடம்
நினைவோ ஆற்றைப்போல் பெருகுகிறது
நினைவே வாழ்க்கையைக் கடக்கச்செய்கிறது

ஹிந்து மந்திரம்

இங்குமங்கும் எங்கும் எப்பொழுதும்
ஒரே மந்திரம் ஹிந்து மந்திரம்

ஒவ்வொரு துளியிலும் ஒரு மந்திரம்
ஒவ்வொரு கடலிலும் ஒரு மந்திரம்
முத்தொப்பது இம்மந்திரம்
பேரொளி அளிப்பது இருளில்
நமக்கது ஒளி பரப்பிட
உலகில் ஒளி பரப்பிடுவோம்.

மேலோன் கீழோன் பேதமில்லையே
நமது பிண்டமே உருகியோடிட
சமுதாயம் மனிதனுக்குப் புன்சிரிப்பளிக்க
வாழ்க்கையின் லக்ஷியகீதம் கொடுக்க
நம் மனதில் ஆலயம் அமைப்போம்
நாம் ஒளியைப் பரப்பிடுவோம்.

பகைவன் இல்லையே யாவரும் நண்பர்களே
இவ்வாறான வரலாறு படைப்போம் நாம்
வேற்றுமைகளை அறவே நீத்து
புதியதொரு நல்லிணக்கத்தை படைப்போம்.
நாம் ஒளியைப் பரப்பிடுவோம்.

உணவு உடை நடை வசதிகள்
பொதுவாக எங்கும் எளிதாகக் கிடைத்திட
பச்சைப்பசேலென்றிருக்கும் இம்மண்

விண்மீன் நிறை விண் விளங்கும்
ஒற்றுமை, சமத்துவம், தன்னிறைவு என
நாம் பரிவுடன் காத்திடுவோம்.
நாம் ஒளியைப் பரப்பிடுவோம்.

பதினொன்றாம் திசை

அச்சமற்ற மனம்
லயத்துடன் இணைந்த கீதம்
நோயற்ற உயிர் கலந்த அன்பு
கனவைப்போன்ற புன்சிரிப்பு
புல்லரிக்க வைக்கும் காற்று
ஓயாமல் பெருகும் நீரூற்று
நறுமணம் நிறைந்த ஆகாயம்
ஒவ்வொரு நொடியையும் புனிதமாக்கும் தீ
அன்பும் நறுமணமும் நிறைந்த பூமி
என் நண்பர்களோ பரமேசுவரன்
எப்பொழுதும் நான் கண்டுகொண்டே இருப்பேன்
இவைகளை
வருவதை இல்லை கடந்ததையுமில்லை
இப்பொழுது நிகழ்ந்து கொண்டிருக்கும் நொடியை
ஒரு வழக்கமுமின்றி ஒரு சுவையுமின்றி
நிசப்தமான மௌனமே எங்கும் பிரதிபலித்திட
பத்து திக்குகளையும் கடந்து சென்றிடின்
பதினொன்றாம் திசையில் ஒலித்திடுமே சங்கீதம்.